चौकट

'दिलीपराज प्रकाशन प्रा. लि.'च्या नवीन पुस्तकांची यादी व माहिती हवी असल्यास आपला पत्ता, दूरध्वनी क्रमांक किंवा Email आमच्या *diliprajprakashan@yahoo.in* या *Email address* वर पाठवावा किंवा आमच्याशी दूरध्वनी क्रमांक फॅक्ससहित : ०२०-२४४८३९९५/२४४९५३१४ /२४४७१७२३ यावर संपर्क साधावा. आमच्या वेबसाईटला एकदा अवश्य भेट द्या.

Website: *www.diliprajprakashan.com*

चौकट

(कथा संग्रह)

सौ. संध्या शरद गुळवणी

दिलीपराज प्रकाशन प्रा. लि.
२५१ क, शनिवार पेठ, पुणे - ४११ ०३०

चौकट / Choukat

प्रकाशक
राजीव दत्तात्रय बर्वे,
मॅनेजिंग डायरेक्टर,
दिलीपराज प्रकाशन प्रा. लि.,
२५१ क, शनिवार पेठ,
पुणे - ४११ ०३०

प्रथमावृत्ती : २० फेब्रुवारी २०१२

प्रकाशन क्रमांक : १९२२

ISBN : 978-81-7294-902-0

टाइपसेटिंग
पितृछाया मुद्रणालय,
९०९, रविवार पेठ,
पुणे - ४११ ००२

मुद्रितशोधन
मिलिंद बोरकर, पुणे

मुखपृष्ठ
अनिल उपळेकर

माझे पती श्री. शरद गुळवणी आणि
कन्या चि. रेणुका व पुत्र चि. प्रणव यांना
सप्रेम अर्पण.

—सौ. संध्या

माझा पहिला काव्यसंग्रह 'चैत्रपालवी' हा होय. हा काव्यसंग्रह 4 डिसें. 2006 रोजी निहारा प्रकाशनातर्फे प्रकाशित झाला. या काव्यसंग्रहाला ज्येष्ठ कवयित्री सरिता पदकी यांची प्रस्तावना आणि डॉ. रजनी पत्की यांचा पुरस्कार लाभला; तसेच माझे गुरू प्राचार्य शिवाजीराव भोसले यांचे आशीर्वाद लाभले. प्राचार्य शिवाजीराव भोसले यांनी आपल्या आशीर्वादपर लेखनात म्हटले आहे की, येथून पुढे त्यांना जे स्फुरेल, त्याचा आकृतिबंध त्यांचा त्यांनीच ठरवावा. जे प्रकट होईल, ते उत्तमच असेल. सरांचे असे आशीर्वाद मला मिळाले, म्हणून मी स्वतःला भाग्यवान समजते. आता माझा पहिला कथासंग्रह 'चौकट' दिलीपराज प्रकाशनातर्फे प्रकाशित होत आहे. माझ्या विचारांच्या प्रकटीकरणासाठी मी कथा हा आकृतिबंध निवडला आणि मागच्या दहा वर्षांत माझ्या एकूण 20 कथा वेगवेगळ्या प्रथितयश मासिकांमधून व दिवाळी अंकांतून प्रसिद्ध झाल्या. त्यांपैकी निवडक 14 कथांचा हा संग्रह वाचकांपुढे ठेवताना साहजिकच मला खूप समाधान मिळत आहे.

'डबक्यातले बेडूक' ही माझी पहिली कथा 'स्त्री' च्या अंकातून प्रसिद्ध झाली अन् त्या पहिल्याच कथेचे वाचकांनी स्वागत केले. एका वाचकाने आपल्या अभिप्रायात म्हटले होते की, 'कथा वास्तववादी आहे.' त्याच्या या वाक्याने माझ्या कथालेखन करण्याच्या निश्चयाला बळकटी प्राप्त झाली. मला वास्तववादी कथाच लिहावयाच्या होत्या. काल्पनिक विश्वात वाचकांना घेऊन जाण्यापेक्षा जीवनाचे वास्तववादी दर्शन माझ्या कथांमधून घडावे असेच मला वाटत होते. खरंतर मी तत्त्वज्ञान या विषयाची अभ्यासक आहे. वेदांतातील गूढ रहस्यांचा मागोवा घेताना व अद्वैत तत्त्वज्ञानाचा अभ्यास करताना मला असे जाणवले की, महामानव होण्याकडे वाटचाल होण्याची आपण अपेक्षा ज्या मानवाकडून करीत आहोत, त्याच्या मनातील आंदोलनांचा अभ्यास आधी करायला हवा. कधीकधी मानवी भावभावना इतक्या अचंबित करणाऱ्या आणि अतर्क्य वाटणाऱ्या असतात की, आपल्याला प्रश्न पडतो, 'अरे! माणूस असा का वागतो?' मानवाच्या याच भावभावना जाणून घेण्याच्या इच्छेपायी मी 'कथा' या आकृतिबंधाकडे वळले. आजपर्यंत मी लिहिलेल्या कथांमधून मी हेच सूत्र मांडण्याचा

प्रामाणिक प्रयत्न केला आहे.

या सर्व कथांमधून स्त्री-मनातील आंदोलनांचा, सूक्ष्म संवेदनांचा वेध घेण्याचा प्रयत्न केला आहे. स्त्रीच्या भोवताली असलेल्या परिस्थितीमुळे अनेक वेळा तिची कुचंबणा होते, कुतरओढ होते. साहजिकच अशा वेळी प्राप्त परिस्थितीतून मार्ग काढण्याचा तिच्यापरीने ती प्रयत्न करते. कधी हा प्रयत्न यशस्वी होतो, तर कधी अयशस्वी. तरीही स्त्रीची धडपड सुरूच राहते. समाजातील कोणत्याही एका गटाची बाजू न घेता, मी कथांमधून फक्त वास्तवच मांडण्याचा प्रयत्न केला आहे. हा कथासंग्रह सर्वांनाच आवडेल, अशी मी आशा करते.

कोणतेही कार्य सिद्धीस जाण्यासाठी 'श्री' चा आशीर्वाद लागतो. श्रीकृपेने माझा हा कथासंग्रह निर्विघ्नपणे परिपूर्णतेस गेला आहे. यासाठी माझी ही सेवा मी परमेश्वरचरणी, कुलदेवतेचरणी अर्पण करते.

कोणतेही साहित्य कागदावर उतरवताना त्या व्यक्तीला माता सरस्वतीच्या आशीर्वादाची गरज असते; त्याशिवाय साहित्यकृती घडूच शकत नाही. त्या देवी सरस्वतीचा कृपाकटाक्ष माझ्यावरही पडला यासाठी मी स्वतःला भाग्यवान समजते.

माझ्या या वाटचालीत ज्यांचे ज्यांचे सहकार्य मिळाले, त्या सर्वांचेही मी आभार मानते. माझे पती शरद गुळवणी आणि मुले रेणुका व प्रणव यांना हा कथासंग्रह सप्रेम अर्पण करीत आहे. त्यांच्या सहकार्यानेच हा लेखनप्रपंच सुरू राहिला आहे.

माझी मैत्रीण आणि प्रा. शिवाजीराव भोसले यांची कन्या प्रा. अंजली कदम हिने दोन शब्द लिहिण्यास मनापासून होकार दिला; तिच्या सहकार्याबद्दलही आभार.

सरतेशेवटी दिलीपराज प्रकाशनाचे प्रकाशक श्री. बर्वेसाहेब आणि त्यांचे सर्व सहकारी यांनी मला अत्यंत जिव्हाळ्याने मदत केली. त्यांच्याशिवाय हे कार्य पूर्ण होऊच शकले नसते. त्या सर्वांना मनापासून धन्यवाद.

सौ. संध्या गुळवणी
पुणे

प्रस्तावना

संध्याताईला मी प्रथम पाहिले ते मी नववीत आणि ती कॉलेजच्या द्वितीय वर्षात शिकत असताना. बापूंनी त्यांचे काही मोजके अभ्यासू विद्यार्थी घरी बोलावले होते. त्यांत वर्षा शिंदे, शहा यांच्याबरोबर संध्या काळे ही नातेपुते येथून आलेली तेथील सुप्रसिद्ध डॉ. काळे यांची कन्याही होती. उंच, शेलाटा बांधा, उजळ गव्हाळ रंग, मंद हसरा आणि कमालीचा सात्त्विक चेहरा, शांत तेवत राहणाऱ्या समईसारखे संध्याचे व्यक्तिमत्त्व तेव्हाही होते आणि आजही ते तसेच आहे.

कोणे एके काळी तत्त्वज्ञान हा संध्याच्या अभ्यासाचा विषय होता; आता तत्त्वज्ञान ही तिच्या जगण्याची शैली झाली आहे. तिची परमप्रिय दैवते असणारे तिचे आई आणि वडील काळाच्या पडद्याआड गेले. आईचे, जिला संध्या 'मा' म्हणत असे, त्या 'मा'चे नसणे संध्याच्या जिव्हारी लागत राहणारे दुःख आहे. परंतु अशी अनेक दुःखे तिने दुःखाचे प्रदर्शन न करता पेलली.

आनंद हा कलेला, संगीताला, माधुर्याला जन्म देतो. दुःख सृजनाची क्षमता वाढवते. अवघड प्रसंगांना झेलता झेलता संध्यामध्ये असणारी लेखिका अस्तित्वात आली. आजूबाजूला दिसणारी, वावरणारी, तऱ्हेतऱ्हेचे आयुष्य जगणारी माणसेच संध्याच्या लेखनाचा विषय झाली. 'कथा' लेखन हीच दिशा ठरली. मग तिने मागे पाहिले नाही. ती सातत्याने लिहीत राहिली.

संध्याच्या कथा वास्तवदर्शी आहेत. त्यांत कुठेही स्वप्नाळूपणा अथवा कृत्रिमतेकडे झुकणारा भाषाविलास नाही. अवास्तव, कंटाळवाणी वर्णने नाहीत. साधी, सरळ, स्पष्ट, मनाला थेट स्पर्श करणारी, नेहमीच्या वापरातली अशी तिची भाषा आहे. तिच्या सर्व कथांच्या नायिका या स्त्रिया आहेत. कथानकाच्या अनुषंगाने येणारी पुरुषपात्रे आहेत, परंतु कथेचा केंद्रबिंदू मात्र स्त्रीच आहे.

संध्याच्या सध्याच्या सर्व कथा मध्यमवर्गीय स्तरातील स्त्रीचे आयुष्य, तिची मनोवृत्ती, तिच्या मनातील भावनिक आंदोलने, आयुष्याकडून असणारी तिची अपेक्षा, तिची स्वप्ने आणि परिस्थितिवशात तिच्या वाट्याला येणारे दारुण मनोभंग यांचे चित्रण करतात. तिच्या काही नायिका या कुटुंबामध्ये स्वतःचे वैयक्तिक

अस्तित्व विरघळवून टाकणाऱ्या आहेत, तर काही नायिका स्वतंत्र मनोबल असणाऱ्या, बंडखोर वृत्तीच्या, विवाहसंस्थेला बंधन मानणाऱ्याही आहेत.

पण सरतेशेवटी एक वाचक म्हणून आपल्या मनात काय उरते? तर उरते ती समाजातील विशिष्ट वर्गातील स्त्रियांची व्यथा. मनात उरते त्या स्त्रियांनी विनातक्रार केलेले परिस्थितीशी समायोजन. अपेक्षाभंगावर हसतमुखाने आवरण चढवण्याचे त्यांचे कौशल्य, नव्याने आयुष्य जगण्याची त्यांची उमेद. घर की नोकरी यात कशाला जास्त प्राधान्य द्यावे? सासू, पती आणि लहानसे बाळ घरात आणि प्रगतीच्या पायऱ्या वर-वर चढत नेणारी नोकरी या मानसिक द्वंद्वात अडकलेली तिची नायिका अखेरीस आपल्या कुटुंबाला झुकते माप देते, आणि कुटुंबासाठीच स्वतःच्या सर्व स्वप्नांना तिलांजली देणारी तिची सासू गूढपणे हसते. मला वाटते, आपल्या सनातन कुटुंबसंस्थेचे आणि स्त्रीने नकळत केलेल्या त्यागाचे समर्थ चित्रण संध्याची कथा करते. सासरच्या घरावर मुलीच्या ताकदीने प्रेम करणारी सून ही अखेरीस कुटुंबाचा एक उपरा घटक ठरते. आपल्या आजूबाजूला सातत्याने आढळणाऱ्या कौटुंबिक, सामाजिक घटना या कथांमध्ये आपल्याला भेटतात. ओळखीच्या-कमालीच्या ओळखीच्या वाटतात.

सौ. संध्याताई आणि तिचे सर्वार्थाने सहचर आणि मित्र असणारे श्री. गुळवणी या आयुष्यावर, जगण्यावर, माणसांवर प्रेम करणाऱ्या दांपत्याला माझ्या लक्ष लक्ष शुभेच्छा !! संध्याने लिहीत जावे. वाचकांनी वाचत रहावे. हा दुग्धशर्करा योग पुन्हा पुन्हा येत रहावा, ही श्रींच्या चरणी प्रार्थना!!

सौ. अंजली उमेश कदम
'श्री अरविंद', विवेकानंदनगर,
फलटण, जि. सातारा

अनुक्रमणिका

''काय मॉम, आज अगदी साजूक तुपातला शिरा— तोही बदामयुक्त! काय प्रकार काय आहे? काही विशेष?'' चित्राने डायनिंग टेबलवर बसता-बसता विचारलं.

रात्रीचे नऊ वाजलेले. ऑफिसातलं काम आटोपून घरी आलेली चित्रा हातपाय धुऊन फ्रेश होऊन जेवणासाठी आली होती. टेबलावर ठेवलेल्या शिऱ्याचा घमघमाट सुटला होता अन् आनंदी चेहऱ्याची सुधा खुर्चीवर बसून चित्राची वाट पाहत आहे, हे पाहून चित्राला साहजिकच आश्चर्य वाटलेलं होतं. बाहेरच्या हॉलमध्ये पेपर वाचत बसलेला चित्राचा डॅड अर्थात सुहास आतमध्ये येत म्हणाला, ''सोने, अगं, तुझी आई आज अगदी जाम खूश आहे. का, ते ओळख बरं!''

''हे हो काय डॅड? मी कशी ओळखू शकणार? मॉमचं काही सांगता येत नाही— कधी खूश होईल अन् कधी चिडेल ते? अन् तुमचा चेहरासुद्धा अगदी खुशीने फुलला आहे! का मॉम खूश, म्हणून तुम्ही खूश?''

खुर्ची मागे ओढून त्यावर बसत सुहास म्हणाला, ''अरे, सुधा खूश असली की सारं घरच खूश असतं— पण सुधाचं आज खूश असणं अगदी स्पेशल आहे बरं का! त्याशिवाय का एवढे बदाम, केशर अगदी ढळत्या हाताने घालून शिरा बनवला आहे मॅडमनी! अन् तेसुद्धा रात्रीचे नऊ वाजता? अगं, रोज या वेळी केवढी कंटाळलेली असते ती; पण आज तिचा चेहरा बघ— कंटाळ्याची नावनिशाणी तरी आहे का?''

''एवढं कोड्यात बोलण्यापेक्षा सरळ सांगून टाका ना खुशीचं कारण! दिवसभर कॉम्प्युटरवर काम करून अगदी बोअर झालंय! पुन्हा उद्या सकाळी आठ वाजता ऑफिसला जायचं आहे; त्यापूर्वी मला जरा नवीन प्रोजेक्टवर काम सुरू करायचं आहे. आता पटकन सांगा काय ते, म्हणजे जेवण करून मी जरा थोडं पुस्तक चाळेन म्हणतेय.'' चित्रा म्हणाली.

''हेच— हेच ते! नेहमी घाई-गडबड. वसावसा कसंतरी दोन घास खायचे अन् दिवसभर कॉम्प्युटरवर काम करत बसायचं. खायची घाई, कामाची घाई, सकाळी अंघोळीची घाई... जरा म्हणून तुला

सवड नसते. अगदी आमच्याशी दोन शब्द बोलायलाही! पण आता असलं काही चालणार नाही, बरं का!'' सुधा म्हणाली.

सुधाचं हे सगळं बोलणं ऐकून कपाळाला हात लावून चित्रा म्हणाली, ''आता मात्र हद्द झाली! हे काय चाललंय काय तुम्हा दोघांचं? तुम्हाला सांगायचं नसेल, तर राहू दे. मी आपली दोन घास खाते अन् जाते माझ्या रूममध्ये.''

चित्राच्या डोक्यावर टपली मारत सुहास म्हणाला, ''अगं वेडे, चिडतेस काय अशी? आमचं लाडकं पिल्लू आता थोडेच दिवस राहणार आमच्याजवळ. बेटा, अगं, तुझी उत्सुकता जास्त ताणत नाही. अगं, तुला चक्क मागणी घातली आहे, पुरंदऱ्यांच्या लोकांनी.''

''मागणी? कसली मागणी? कोण पुरंदरे?'' चित्राने आश्चर्याने थक्क होत म्हटलं, ''बाबा, मी इतक्यात लग्नबिग्न करणार नाही हं— तुम्हाला माहीत आहे.''

लाडाने 'डॅड' म्हणणारी चित्रा आता पट्कन आपल्या जुन्या सवयीने सुहासला 'बाबा' म्हणाली होती. डॅड आणि ममा हे फॅड नवीन होतं. लहान असताना चित्रा 'आई', 'बाबा' अशाच हाका मारत होती, पण हळूहळू तिचं विश्व बदललं. ती कॉम्प्युटर इंजिनिअर झाली. एका नावाजलेल्या कंपनीत चांगल्या पगारावर नोकरीला लागली. त्यांच्या घराचं मध्यमवर्गीय कल्चर बदलून उच्च मध्यमवर्गीय झालं. सुहासही ऑफिसर होता. चांगला पगार होता. त्यामुळे राहणीमान बदललं अन् चित्राच्या तोंडात डॅड-ममा असे शब्द येऊ लागले होते. पण एकदम लग्नाचा धक्कादायक विषय निघाल्यानंतर तिच्या तोंडून जुना 'बाबा' हा शब्द निघाला होता.

''हं, ये हुई ना बात! कशी वळणावर आलीस बघ— डॅडवरून एकदम बाबा! आपल्याला तर 'बाबा', 'आई' हेच बरं वाटतं बघ. अगं पोरी, पुरंदरे म्हणजे तुला माहीत नाहीत का? ते गं, त्यांचा मुलगा एम. टेक. होऊन परदेशात गेला होता— अमेरिकेत होता बघ? आता आलाय तो इथे इंडियात अन् लग्न करून इथेच राहणार आहे. त्याच्यासाठी स्थळं बघणं चालू होतं. परवा तू आणि सुधा कुठल्या तरी लग्नाला गेला होतात ना— हं, त्या वसूच्या मुलीच्या लग्नाला! तिथे त्या निशांतने पाहिलं तुला अन् पुरंदरेंच्या त्या सुप्रियाबाईंची— निशांतच्या आईची— अन् सुधाची ओळख होतीच आधीची. त्यांनी आज फोन करून सरळ विचारलंच की चित्राचं लग्न करणार आहात का म्हणून. तू ऑफिसला गेली होतीस तेव्हा.'' सुहासने सारी बातमी चित्राला थोडक्यात सांगितली.

"हे बघ चित्रे, स्थळ अगदी चांगलं आहे. तूही त्या दिवशी पाहिलं आहेस निशांतला. मुलगा, घर सारं चांगलं आहे; सुसंस्कृत आहे. पोरगा एकुलता एक आहे, चांगला कमावता आहे. आता कसलं खुसपट काढू नकोस. मी तर फोन आल्याआल्या देवापुढे साखर ठेवली अन् आता शिऱ्याचा नैवेद्यही दाखवला आहे.'' सुधा म्हणाली.

"अगं, पण पुरंदऱ्याचं घर कसं आहे? जुन्या वळणाचं की आधुनिक विचारांचं? त्यांना शर्ट-पँट घालणारी आणि बॉयकट केलेली मुलगी चालणार आहे का? शिवाय लोकांचं काय असतं की त्यांना मुलगा आधुनिक विचारांचा चालतो; पण सून मात्र जुन्याच वळणाची, देवधर्म, घर, संसार निमूटपणे करणारी लागते. तिने पैसेही मिळवले पाहिजेत अन् घरात स्वयंपाकपाणीही केलं पाहिजे.'' चित्रा तिरमिरीत म्हणाली.

"अगं, समाज सुधारलाय हल्ली. इतकं काही कुणाचं नसतं की, मुलींनी रोज साडीच नेसली पाहिजे किंवा पंजाबी सूटच घातला पाहिजे. कॉम्प्युटर इंजिनिअर झालेली मुलगी, शिवाय चांगल्या कंपनीत नोकरी करणारी— महिन्याला तीस-चाळीस हजार मिळवणारी... हे सगळं माहीत असताना कोण तुला कपड्यांबाबत आग्रह करेल? शिवाय निशांत मला चांगला वाटला. हल्लीची मुलं आपल्या बायकोला शर्ट-पँट घालायला परवानगी देतात बरं का! इतकं काही कुणी बुरसटलेल्या विचारांचं नसतं. शिवाय लग्नकार्यात साडी नेसली, म्हणजे झालं.'' सुधा नरमाईने म्हणाली.

"हेच ते! तुम्ही आधी मला साडी नेसायला लावाल; मग मंगळागौर, वटपौर्णिमा करायला लावाल. मुळात मला इतक्यात लग्नच करायचं नाही. आत्ताच माझ्या करिअरची सुरुवात झाली आहे. इतक्यातच लग्न-संसारात अडकले की, माझी काकूबाई व्हायला वेळ लागणार नाही.'' चित्रा म्हणाली.

"अगं, निशांतला भेट. त्याच्याशी बोल; त्याचे विचार जाणून घे अन् मग तुझा निर्णय ठरव. असा घाईगडबडीत निर्णय घेऊ नकोस. आम्ही तुझ्या मर्जीविरुद्ध लग्न लावणार नाही. पण आत्ताच लग्न करायचं नाही, हे बरोबर नाही. योग्य वयात लग्न होणं हे किती गरजेचं असतं, ते तुला इतक्यात कळणार नाही अन् लग्न झाल्यानंतर करिअर करता येत नाही, हे तुला कुणी सांगितलं? तूच तर नेहमी संसार आणि करिअर करणाऱ्या कितीतरी बायकांची नावं सांगतेस ना? त्यांनीसुद्धा लग्न झाल्यावरही आपलं करिअर सांभाळलं आहेच की!'' सुहास म्हणाला.

सुहासच्या या बिनतोड वक्तव्यावर चित्रा गप्प बसली. पण मग धुसफुसतच तिने कसंतरी जेवण संपवलं. शिऱ्याचा एकच घास खाऊन 'आत्ता मला गोड नको', असं म्हणून आपला राग शिऱ्यावर काढला अन् ती आपल्या रूममध्ये निघून गेली.

चित्रा एक करिअर माइंडेड मुलगी. शाळा-कॉलेजमध्ये नेहमी रँकमध्ये येणारी. पुढे चांगल्यापैकी मार्क्स मिळवून कॉम्प्युटर इंजिनिअर होऊन लगेच कँपसमधून चांगल्या कंपनीत सिलेक्ट झालेली. कपडेलत्ते, हॉटेलिंग यांकडे दुर्लक्ष करून किंवा त्यांना टाळून तिने आपलं लक्ष करिअर घडवण्यात घातलं होतं. शर्ट व टॉप हा ड्रेसही सोईचा, म्हणून स्वीकारलेला. केस वाढवले की, त्यांची निगा राखावी लागते, म्हणून बॉयकट केलेला. घरातलं वातावरणही शिक्षणाला अनुकूल. मुलगी आहे म्हणून दुय्यम स्थान न देता सुधा व सुहासने तिचं करिअर घडवण्यामध्ये मोलाचा वाटा उचलला होता.

पण सुधा व सुहास शेवटी एका मुलीचे आईवडील होते. चित्राला आता चोविसावं वर्ष लागलं होतं आणि आता मुलीचं लग्न केलं पाहिजे, हे त्या दोघांनाही जाणवत होतं. चित्रा दिसायला खरोखरच एखाद्या सुंदर चित्रासारखीच होती. वागणं-बोलणंही व्यवहाराला धरून होतं. फक्त एकच वाईट होतं— ते म्हणजे, तिच्या करिअरपुढे तिला इतर काही करायला वेळच मिळत नव्हता. सुधाने चित्राला अगदी खूप छान वाढवलं होतं. तिच्या शिक्षणात रस घेतला होता. चित्राच्या प्रत्येक परीक्षेच्यावेळी सुधालाही चित्राबरोबर जागरण घडलं होतं. तिला अभ्यासातून उठवायला नको म्हणून तिचं जेवणाचं ताट अगदी अभ्यासाच्या टेबलावर दिलं जायचं. प्रसंगी सुधाने तिला चार घास भरवले होते. चित्राला आपण योग्य रीतीने वाढवलं, याचा सुधाला अभिमान होता, पण निशांतने मागणी घातली अन् सुधाचं काळीज लक्कन् हललं होतं. मुलीचं लग्न करायचं तर तिला किमान स्वयंपाक करता यायला हवा अन् चित्राला तर कुकर लावण्यापलीकडे काही येत नव्हतं.

सुप्रियाताईंचा फोन आल्याआल्याच सुधाने ठरवून टाकलं की, उद्यापासून बाईसाहेबांना स्वयंपाकाचे चार धडे शिकवले पाहिजेत. पण हे सर्व करताना चित्राला दुखवता कामा नये, हेही ती जाणून होती. मुलीचं लग्न करायचं हा विचार मनात घोळत असतानाच सुप्रियाताईंचा फोन आल्याने सुधाला आनंद झाला होता. एक चांगलं स्थळ दारी विनासायास चालून आलं होतं अन् ते कोणत्याही परिस्थितीत हातचं जाता कामा नये एवढा व्यवहारचतुरपणा सुधाच्या अंगी होता.

निशांतने चित्राला लग्नात पाहिलं अन् त्याला ती पाहताक्षणी आवडली. चित्रा देखणी तर होतीच, पण तिच्या चेहऱ्यावर बुद्धिमत्तेचं तेज होतं. राहणी साधी होती. ती कॉम्प्युटर इंजिनिअर आहे व मोठ्या नावाजलेल्या कंपनीत आहे, हे ऐकल्यावर त्याला जाणवलं की, अगदी आपल्या करिअरला योग्य साथ देणारी ही मुलगी आहे. त्याने लगेचच आपल्या आईला— सुप्रियाताईंना— आपला विचार सांगितला. सुप्रियाने मुलासाठी होकार दिला खरा, पण तिला चित्राची राहणी व पोशाख फारसा आवडला नाही. ती जरा कुरकुरतच निशांतला म्हणाली, "बघ बाबा, जरा विचार कर. चांगली नोकरी आहे व शिक्षण आहे, म्हणून हुरळून जायचं कारण नाही. पैसा काही आपल्याकडे कमी नाही अन् तू मिळवतोच आहेस की भरपूर. मग बायकोने नोकरी केलीच पाहिजे, असं थोडंच आहे?"

"अगं आई, तुला अजून बाहेरच्या जगाची माहिती नाही. मी जर परदेशात गेलो, तर माझ्या बायकोला तिथेही पैसे मिळवता यायला हवेत. तुमच्या वेळच्या परिस्थितीत अन् आत्ताच्या परिस्थितीत खूप अंतर आहे अन् चित्रा आवडली आहे मला. मला हवी आहे तशी आहे ती." निशांत म्हणाला.

"अरे, पण ते बॉयकट अन् शर्ट-पँट— हल्लीच्या मुलींची ही राहणी आवडत नाही मला. स्वयंपाक तरी करता येतो की नाही, कुणास ठाऊक?" सुप्रिया म्हणाली.

"हे बघ, स्वयंपाक काय, शिकला की येतो. त्यात काय अवघड आहे? अन् अमेरिकेत काही काळ राहायचं झालं की, स्वत: स्वयंपाक करून खावं लागतं, त्यामुळे मुलगा असो की मुलगी— थोडा का होईना, स्वयंपाक यावाच लागतो. किमान पोळीभाजी तरी. आपला निशांतसुद्धा शिकला तेवढं करायला! अन् कपड्यांचं काय— हल्ली सर्वच मुलींचा कॉमन ड्रेस आहे तो. शिवाय बायकोला स्वयंपाक येत नसेल, तर तो स्वत: करून घालेल तिला. काय निशांत?" शंतनूने— निशांतच्या बाबांनी— हसत-हसत विषय संपवून टाकला होता.

पुढचे आठ-दहा दिवस निशांत अन् चित्राच्या घरात गडबडीचे गेले. निशांत व चित्रा एकमेकांना भेटले, बोलले. चित्राने पहिल्या भेटीतच निशांतला स्पष्टच सांगितलं, "निशांत, मला करिअर करायचं आहे. उगाच स्वयंपाकपाणी करत मी दिवसभर घरात राहणार नाही."

"अगं, वेडी आहेस का तू? तुझ्यासारख्या हुशार मुलीकडून कोण अपेक्षा करेल अशी? अन् हे बघ, स्वयंपाक वगैरे मुद्दे गौण आहेत. बायकोने ऑफिसला

जाताना नवऱ्याच्या हातात रुमालाच्या घडीपासून सर्व दिलं पाहिजे हे आता विसरा. आपण दोघं बरोबरच ऑफिसला जाणार. मी तुझ्या करिअरच्या आड मुळीच येणार नाही.'' निशांत म्हणाला.

निशांतने एवढं स्पष्ट सांगितल्यावर मात्र चित्राचा जीव भांड्यात पडला होता. निशांतला नाकारण्यासारखं काहीच नसल्याने अन् सुधा व सुहासच्या आग्रहामुळे अखेर चित्राने होकार दिला होता. लग्न करायचंच नाही, असं नाही; मग एवढा चांगला मुलगा लग्नासाठी विचारत असेल, तर नाही कशाला म्हणायचं, असा विचार करून तिने 'हो' म्हटलं. किंबहुना आई-वडील, मैत्रिणी या सगळ्यांनी हे विचार तिच्या गळी उतरवले अन् आता ते विचार आपलेच आहेत, असं तिला वाटू लागलं. मग काय, निशांत व त्याचे आई-बाबा चित्राच्या घरी आले. चित्रा व तिचे आई-बाबा निशांतच्या घरी गेले. एकमेकांचं घर पाहणं वगैरे गोष्टी घडल्या अन् चित्रा अखेर सौ. निशांत बनून त्याच्या घरी आली.

चित्रा व निशांतला लग्नासाठी जेमतेम पंधरा दिवसांची रजा होती. त्यात लग्न, रिसेप्शन व हनीमूनची ट्रिप— हे सगळं पार पडलं. नवीन घर, नवीन माणसं अन् लग्नाचं नवखेपण या साऱ्यामुळे चित्रा इतकी भांबावून गेली होती की, जो जे काही म्हणेल त्याप्रमाणे ती-ती कृती करत होती. साडीचा पसारा आवरता-आवरता सत्यनारायणाची पूजा पार पाडत होती. हे सगळं आपण आपल्या मनाविरुद्ध करतो आहोत की, आपल्याला हे सर्व आवडतं आहे, याचा विचार करायलाही तिला सवड मिळाली नाही.

•

ऑफिसला जाण्याचा दिवस उजाडला. चित्रा नेहमीप्रमाणे सकाळी आठ वाजता उठली होती. सर्व आवरून नऊ वाजेपर्यंत ऑफिसला पोचणं आवश्यक होतं. चित्रा घाईघाईने स्वयंपाकघरात आली. स्वयंपाकघरात सुप्रियाने भाजी फोडणीला टाकली होती. पोळ्यावाली बाई पोळ्या करून गेली होती.

"काय गं, चहा करून देऊ का?'' सुप्रियाने चित्राला विचारलं.

"नको नको. मी फक्त दूध घेऊन ऑफिसला जाते.'' चित्रा म्हणाली.

"अन् जेवण? डबा घेऊन जाणार का?'' सुप्रियाने विचारलं.

"छे! डबा कशाला? ऑफिसमध्ये जेवण मिळतं!'' चित्रा रूक्षपणे म्हणाली.

"हे बघ, रोजचं बाहेरचं जेवण नको. तब्येत बिघडते अशाने. मी निशांतला

डबा देते रोज; तुलाही देत जाईन.'' सुप्रिया नकळत जरा ताठ्यात व जरा हुकमाच्या आवाजात बोलली.

चित्रा व निशांत ऑफिसला जायला बरोबरच निघाले त्या वेळी सुप्रियाने दोघांचे डबे भरून त्यांच्या हातात दिले. चित्राला असा आयता डबा घेताना जरा ओशाळल्यासारखं झालं. खरंतर डबा नेण्याची गरजच नव्हती. कंपनीतलं जेवण स्वस्त असूनही चांगलं होतं अन् तेवढे पैसे खर्च करणंही काही अवघड नव्हतं; पण हे अजून पुरती ओळख न झालेल्या सासूला कसं पटवून देणार? चित्राने मुकाट्याने डबा घेतला.

रस्त्यात निशांत तिला म्हणाला, ''बघ, आहे ना माझी आई ग्रेट! काही न सांगताही तिने दोघांचा डबा तयार ठेवला.'' चित्राने यावर निमूटपणे मान हलवली. निशांतने चित्राला तिच्या बसस्टॉपवर सोडलं व तो पुढे गेला.

हळूहळू चित्राचा संसार सुरू झाला. म्हणजे, लग्न झालं म्हणून घर बदललं, एवढंच. बाकी चित्राच्या रूटीनमध्ये फारसा फरक नव्हता. निशांत नावाचा तिचा नवरा तिला खूश ठेवत होता. त्यामुळे आपण सुखी आहोत, असंच चित्राला वाटत होतं. पण या सुखी संसारात हळूहळू कुरबुरींनी हलक्या पावलांनी प्रवेश केला होता. तशा गोष्टी साध्या व नेहमीच्याच होत्या; पण त्या साध्या गोष्टींना जेव्हा स्वतःला तोंड द्यावं लागतं तेव्हा त्या गोष्टी साध्या न राहता त्यांना फार महत्त्वाचं स्थान प्राप्त होतं.

''चित्राने दर शनिवारी माहेरी जायचं काय कारण?''—सुप्रियाचा प्रश्न.

''अगं, एकुलती एक मुलगी आहे. आई-वडिलांनाही भेटावंसं वाटत असणारच की!''—शंतनूचं उत्तर.

''आम्ही नव्हतो असे वरचेवर माहेरी जात.''—सुप्रिया.

''आपल्या वेळची गोष्ट वेगळी होती.''—शंतनू.

''काही नाही; काळ बदलला तरी माणसं तीच असतात. तेव्हा तुम्ही मला पाठवत होता का माहेरी? आता सुनेची बाजू घेता!''—सुप्रिया.

शंतनू काहीच बोलला नाही.

''स्वयंपाकपाणी शिकवलेलं दिसत नाही? एरवी घरी नसतेच. रविवारी हॉटेलमध्ये तरी जेवण किंवा कुठे पिझ्झा कर, पावभाजी कर— असले पोट भरणारे पदार्थ करायचे. अशी कुठे पद्धत असते का? घराला घरपण म्हणून राहिलं नाही.'' —सुप्रिया.

''अगं, लग्नाचे सुरुवातीचे दिवस आहेत. हळूहळू शिकेल सगळं!''—

शंतनूचा समजुतीचा स्वर.

"अन् ती सुधा तरी अशी कशी? म्हणे करिअर करण्याच्या नादात स्वयंपाक शिकणं जरा बाजूलाच पडलं. वर म्हणते कशी बया— अहो, माणूस हुशार असलं ना, की कोणतीही गोष्ट शिकायला वेळ लागत नाही." सुप्रिया तणतणली.

शंतनूने यावर काही न बोलता टी-पॉयवरचा पेपर उचलला अन् वाचण्यास सुरुवात केली.

चित्राचा जेवणाचा डबा हा ऑफिसमधल्या मुलींच्या गप्पांचा विषय झाला होता.

"चित्रे, नशीबवान आहेस तू— डबा करून देणारी सासू भेटली तुला."

"हं! नशीब कुठलं? उपकार केल्यासारखी हातात डबा ठेवते सासू." चित्रा तणतणली.

"हो, पण चव मस्त आहे हं भाजीची! सुगरण आहे तुझी सासू." मैत्रिणी म्हणाल्या.

"हो गं. निशांतलाही त्याच चवीचं जेवण आवडतं. म्हणून मी ना हल्ली सासूबाई पदार्थ करताना लक्ष ठेवते, त्या कसं करतात ते. डायरेक्ट त्यांना विचारणं म्हणजे कमीपणा वाटतो बघ." चित्रा म्हणाली.

"छान! म्हणजे चित्रा आता सुगृहिणी होण्याच्या दिशेने वाटचाल करत आहे!" मैत्रिणी एकमेकींना टाळ्या देत म्हणाल्या.

सूर जरी चेष्टेचा असला, तरी चित्रा हळूहळू स्वयंपाक करण्यात रस घेऊ लागली होती. सुप्रियालाही चित्रामधला हा बदल लक्षात आला होता. सुप्रियाच्या मनात कधी कधी चित्राबद्दल प्रेम दाटून येई. खरंच पोरगी दिवसभर ऑफिसमध्ये काम करून येते, पण रात्री घरी आल्यावर एखादा पदार्थ स्वत: करण्याची तिची धडपड असते. आपण चांगल्या सासूही होऊ शकत नाही अन् आईही. आईच्या मायेने तिला जेवण देणं काही आपल्याला जमत नाही. सासूचा रोल निभावताना पूर्वीच्या सासवांप्रमाणे खाष्टपणाही करता येत नाही अन् मवाळही राहता येत नाही. आधुनिक सासूला करावी लागणारी ही कसरत अवघडच आहे. दोन पिढ्यांमधली दरी कमी करण्याचं काम नेहमी बायकांवरच का बरं ढकललं जातं? पुरुष आपले नामानिराळे राहून मजा पाहायला मोकळे असतात.

...अन् अचानक एक दिवस वेगळाच उजाडला. नवीन बाळाचं होणारं आगमन खरंतर चित्राला धक्कादायक होतं. तिची मानसिक तयारी अजिबातच नव्हती. पण या बातमीने दोन्ही घरं मात्र आनंदाने उजळून निघाली. सुप्रिया अन् सुधाचं एकदमच छान जमायला लागलं. दोघींच्या विचारांत एकमत व्हायला लागलं अन् या दोघींमधला हा बदल पाहून शंतनू अन् सुहास अवाक् झाले. दोघींनी चित्राला ताब्यात घेतलं. तिचं खाणं-पिणं, औषधं यांत जातीने लक्ष घालण्यास सुरुवात केली. चित्राला खरंतर बाळाचं हे आगमन म्हणजे करिअरमधला अडथळा वाटत होता, पण तिनेही हळूहळू सत्य स्वीकारलं. सातवा महिना लागला अन् चित्राने बाळंतपणासाठी रजा घेतली. आता तिला अख्खा दिवस मोकळा मिळत होता. बाळाची चाहूल घेणं, विविध पुस्तकांमधले आहार व बाळाची काळजी यांवरचे लेख वाचणं अन् आयतं गरम-गरम खाऊन झोपणं, यातच तिचा दिवस जाऊ लागला. चित्रा कित्येक वर्षांनी प्रथम एवढी मोकळी झाली होती. तिचं तिलाच याचं नवल वाटत होतं. पूर्वीची चित्रा व आत्ताची चित्रा एकच आहे, हे तिलाच खरं वाटेना. निवांतपणे गादीवर पडल्या-पडल्या बाळाची चाहूल घेताना साऱ्या संवेदना जागृत होत होत्या. एक नवीनच चित्रा जन्माला येत होती. आपलं शरीर इतकं बोलकं असतं, हे तिला माहीतच नव्हतं. शरीराची हाक ऐकण्याएवढा वेळ आपण स्वत:ला दिलाच नाही, हे तिला जाणवू लागलं. मनाची भाषा वगैरे शब्द तिने ऐकले होते; पण शरीर बोलतं, हे मात्र ती प्रथमच पाहत होती. तिच्या शरीरात आणखीन एक जीव वाढत होता अन् त्या जिवाच्या हालचालींनी सुखद संवेदना जागृत होत होत्या; तिच्या शरीरभर पसरत होत्या. ते पाहून मन सुखावून जात होतं. मनाकडे व शरीराकडे तटस्थपणे पाहताना एक अनुभवी, प्रगल्भ स्त्रीत्व फुलत होतं. चित्रा या आगळ्यावेगळ्या अनुभवाने रोमांचित झाली होती.

चित्राने यथावकाश एका सुदृढ बालकाला जन्म दिला अन् स्त्रीत्वाचं सार्थक झालं असं तिला वाटू लागलं. एक मूल काळजीपूर्वक वाढवून मोठं करणं किती अवघड व जबाबदारीचं असतं हे तिला पटू लागलं. आई व सासू या तिच्या मार्गदर्शक होत्या. आता सर्वांचाच रोल बदलला होता. चित्रा आईच्या भूमिकेत शिरली होती अन् सुधा व सुप्रिया आजीच्या भूमिकेत वावरू लागल्या होत्या. या सगळ्या प्रकरणात निशांत मात्र बाबा बनूनही वेगळा पडला होता.

एक दिवस ऑफिसमधून आल्या आल्या निशांतने बातमी दिली, ''चित्रा, तुझी रजा संपत आली आहे अन् आजच मला समजलं की, तुमच्या कंपनीच्या

पुढच्या प्रोजेक्टमध्ये तुला चीफ करणार आहेत. मजा आहे बाबा एका माणसाची! दोन दोन प्रमोशन्स एकाच वेळेला— एक आई म्हणून अन् एक कंपनीची प्रोजेक्ट चीफ म्हणून!''

चित्राने हे वाक्य ऐकलं अन् ती खाड्कन भानावर आली. आपण इंजिनिअर आहोत हेच ती विसरून गेली होती. चित्राच्या डोळ्यांत पाणी साठलं. बाळाला एकटं ठेवून आपण ऑफिसमध्ये जाणार? पण त्याला दुसरा पर्याय काय? रजा आता फक्त आठ दिवस शिल्लक आहे. अरे देवा! हे आयुष्य असं अवघड बनलं आहे— एकीकडे करिअर, एकीकडे मातृत्व... दोन्हींचा तोल कसा सांभाळणार? हा मातृत्वाचा अनुभव नसता आला, तर ते ऑफिसचं रूटीन अन् पळापळ याचं काहीच वाटलं नसतं. नाहीतरी तेच तर आपलं आयुष्य होतं. मग हा सुंदर अनोखा प्रवास घडवला तरी कशाला? चित्रा पुरती गोंधळून गेली होती.

●

चित्रा आज ऑफिसला जाणार होती. पूर्वीप्रमाणे आठ वाजता न उठता आज सहालाच उठली. आपलं, बाळाचं आवरून तिने स्वयंपाकघरात जाऊन भाजी चिरण्यास सुरुवात केली. सुप्रिया तिला थांबवत म्हणाली, ''अगं, राहू दे. मी आपल्या पोळीवाल्या बाईंना आजपासून भाजी करायला सांगितलं आहे. तू तुझं आवर. बाळाचं दूध वगैरे तयार करून ठेव. मग मी दिवसभर पाहीन त्याच्याकडे.''

डोळ्यांत पाणी आणून चित्रा म्हणाली, ''तुम्हाला आता डबल त्रास पडणार.''

''छे गं, त्रास कसला त्यात? एकदा आपण एखादी गोष्ट स्वीकारली की, ती आनंदाने पार पाडता आली पाहिजे. आमचा काळ बरा होता असं म्हणायची वेळ आली बघ. तुमच्यासारखं करिअर आणि घर या कात्रीत आम्ही अडकलो नाही. पण ठीक आहे. यातून अलगद कसं सुटायचं, मार्ग कसा काढायचा, एवढं कळण्याइतकी बुद्धिमत्ता आपल्या ठिकाणी आहे. तू काळजी करू नकोस. काहीतरी मार्ग निघेलच.''

''माझ्या इतकं जिवावर आलं आहे ना घराबाहेर पडायचं म्हणजे...'' चित्रा म्हणाली.

''हो, बरोबर आहे तुझं. पोटचा गोळा घरी ठेवून बाहेर पडणं, हे एक अग्निदिव्यच, अन् आता हे अग्निदिव्य रोजच करावं लागणार आहे.''

“काय करू मी? पार्टटाइम नोकरी करू का? की, साहेबांना सांगू, नवीन प्रोजेक्टमधलं माझं नाव कमी करायला?” चित्रा म्हणाली.

“हे बघ, हा निर्णय तू व निशांतने घ्यायचा आहे. मी त्यात भाग घेणार नाही. पण इतकंच सांगते, तुझ्या प्रगतीच्या वाटेवर मी तुझ्याबरोबर आहे. अगं, बाईला हे घरही सांभाळावं लागतं अन् घराची चौकटही. घराची चौकट मोडून आपल्याला घराबाहेर पडायचं नाहीय. चौकटच मोडली, तर घर उद्ध्वस्त व्हायला किती वेळ लागणार आहे? आपल्याला हे घर, या घरातली माणसं, सारं काही सांभाळायचं आहे अन् स्त्री-विकासाच्या वाटेवर पुढे जायचं आहे. बघ, एखाद्या स्त्रीमुक्तिवादी महिलेसारखं बोलले की नाही?”

“निशांत म्हणतो ते बरोबर आहे. खरोखरच ग्रेट आहात तुम्ही!” चित्रा मनापासून म्हणाली.

सुप्रिया स्वत:शीच हसून मनातल्या मनात म्हणाली, ‘अगं वेडे, या विचारापर्यंत येण्यासाठी मीसुद्धा खूप अडथळे पार करून आले आहे. मनातल्या मनातच खूप संघर्ष केला आहे. ही खडतर वाट खरंतर तशी एकटीनेच चालायची असते. अगदी ‘वसा’ म्हण हवंतर. एकदा हा वसा घेतला की ‘उतून-मातून’ चालत नसतं. हा वसा मला सांभाळायचा आहे जन्मभर, अन् मग तो मी तुझ्याच पदरात टाकणार आहे. तो वसा त्या वेळी कसा सांभाळायचा हे तुझं तुलाच ठरवावं लागणार आहे. तोपर्यंत मात्र मी आहे तुझ्याबरोबर.’

चित्राने सुप्रियाच्या चेहऱ्यावरचं गूढ हास्य पाहिलं खरं, पण त्याचा उलगडा तिला झाला नाही. तेवढा वेळही तिच्यापाशी नव्हता. बाळाला दूध पाजून, झोपवून तिला ऑफिसला जायचं होतं. आता तिचं मन ऑफिसच्या दिशेने धावू लागलं होतं, अन् एकाच चित्रामधल्या या दोन वेगळ्या व्यक्तिरेखा पाहून तिचं तिला स्वत:लाच नवल वाटत होते.

❑❑

झेलम एक्स्प्रेस तिच्या गतीने धावत होती. लीनाचे मन मात्र त्याहीपेक्षा वेगाने पुढे जात होते. कधी ते वेगाने पुण्याला जाऊन पोहचत होते, तर कधी तितक्याच वेगाने मागे येऊन भूतकाळात जात होते. लीनाच्या मनात आले- तो कडवट भूतकाळ पिऊन, येणारी सकाळ सुखाचे सोनेरी किरण घेऊन येईल ना? की, त्या सोनेरी किरणांनाही भूतकाळाचे ढग झाकोळणार आहेत? कुणास ठाऊक, काय होणार आहे ते? तूर्ततरी चांगलेच घडणार, असे मानून सुखात राहू यात. नाहीतरी आपल्या हातात काय असते? 'तुका म्हणे उगी राहावे. जे जे होईल ते ते पाहावे.', हेच खरे.

गर्दी व उकाडा असूनही अन् रात्रभर गाडीत झोपूनही लीनाला चांगली झोप लागली होती. त्यामुळे तिचे मन व शरीर ताजेतवाने झाले होते. सकाळचा चहा, ब्रेकफास्ट नुकताच आटोपला होता. लीनाने बॅग एकदा पुन्हा नीटनेटकी करून ठेवली. कविताला घेतलेल्या साडीची घडी नीट करून ठेवली. डिनरसेटचे खोके व्यवस्थित ठेवले. पर्समध्ये ठेवलेले पुस्तक घेऊन तिने वाचण्यास सुरुवात केली, पण आज पुस्तकात मन रमत नव्हते. कधी ते वेगाने भूतकाळात शिरत होते, तर कधी पुण्याला गेल्यावर काय होईल, या कल्पनेत रमत होते. 'उगी राहावे' असे म्हटले, तरी मन थोडेच गप्प बसते? शेवटी लीनाने पुस्तक मिटून मांडीवर ठेवले व मागे डोके टेकून डोळे मिटून घेतले. तिच्या मिटल्या डोळ्यांसमोर भूतकाळाने आपला रंगीत पडदा उघडला होता. एकेक चित्र अगदी काल घडल्यासारखे स्पष्ट दिसत होते.

●

कविता व लीना अगदी सख्ख्या मैत्रिणी. शाळेमध्येच काय, पण कॉलेज-मध्येही त्यांची मैत्री अभंग राहिली. लग्न झाल्यानंतर आता मैत्रीण दुरावणार, याचेच दुःख लीनाला झाले होते. माहेर दुरावण्याच्या दुःखापेक्षाही ते जास्त होते. लग्न झाल्यानंतर लीना व कविता एकमेकींच्या गळ्यात पडून रडल्या होत्या. लीनाचा नवरा शेखर याने त्यांच्या या रडण्याची नंतर खूप चेष्टा केली होती. लीना

आपल्या संसारात हळूहळू रमली. कविताचेही लग्न झाले. तीही तिच्या संसारात रमली. पण योगायोग म्हणजे, दोघींच्या नवऱ्यांची पुण्यात बदली झाली अन् दोघींची घरेही शेजारी-शेजारी होती. लीना व कविताची जेव्हा गाठ पडली, तेव्हा त्यांना या गोष्टीचा अतिशय आनंद झाला. आपल्या जुन्या मैत्रीला नवा उजाळा मिळणार, म्हणून दोघीही खूष होत्या. लीनाची दोन मुले रश्मी अन् रोहित व कविताची मुलगी शर्मिला यांची चांगली दोस्ती झाली. लीनाचा नवरा शेखर व कविताचा नवरा संजय यांचीही बऱ्यापैकी मैत्री झाली.

लीना व कविता दोघींचेही दिवस सुखात चालले होते. आर्थिक स्थिती दोघींचीही चांगली होती. त्यामुळे कमी-जास्त हा भाव मनात नव्हता. दोघींचेही नवरे सद्गृहस्थ असल्याने व साधारण सारख्याच संस्कृतीत वाढल्याने एकाच विचाराचे होते. लीना व कविता दोघींनाही पूर्ण स्वातंत्र्य होते. त्या आपापला संसार त्यांच्या मनाप्रमाणे करीत होत्या. रश्मी अन् शर्मिलाचीही मैत्री दोघींनाही एकाच शाळेत घातल्याने थोड्याच दिवसांत दृढ झाली. त्या दोघींची गट्टी इतकी छान जमली की, कधी कधी रश्मीच्या घरी राहण्यास शर्मिला येत असे. जेवण, झोप, अभ्यास एकत्र होत असे. तर कधी रश्मी शर्मिलाकडे राहण्यास जात असे. कविता व लीनाने मुलांना वागविताना दुजाभाव कधीच दाखविला नाही. कविताला शर्मिलाच्या पाठीवर सात वर्षांनी दुसरी मुलगी नेहा झाली. नेहाच्या जन्माच्या वेळी लीनाने शर्मिलाला सांभाळण्याची जबाबदारी घेतली होती. नेहा खूपच लहान असल्याने शर्मिला व नेहा एकमेकींच्या इतक्या जवळ आल्या नाहीत, जेवढ्या रश्मी व शर्मिला जवळ आल्या.

●

काळ झपाट्याने जात असतो. कालपर्यंत शाळेत जाणाऱ्या रश्मी व शर्मिला मोठ्या झाल्या अन् कॉलेजमध्ये जाऊ लागल्या. आता त्यांचे विश्व बदलले होते. त्या दोघींना आपल्या आईपेक्षाही मैत्रीण जवळची वाटत होती. दिवसभर दोघींचे काही तरी हितगूज चालू असायचे. रश्मीला लीना विचारत असे, "काय गं, एवढ्या कॉलेजमध्ये एकत्र जाता-येता, दिवसभर एकत्र राहता; तरीही तुमच्या गप्पा कशा संपत नाहीत? एवढं काय बोलता तुम्ही? जरा मलाही सांग ना!"

"आई, तुला काय सांगणार आमच्या गप्पांतलं? तुझ्या आणि कविता

मावशीच्या गप्पा वेगळ्या; आमच्या गप्पा वेगळ्या.''

"अगं, आम्हीही तरुण होतो, आम्हीही कॉलेजमध्ये जात होतो. हं—आता तुमच्याइतकं स्वातंत्र्य नव्हतं आम्हाला. पण म्हणून काय झालं? आम्हीही कॉलेज-लाइफ एन्जॉय केलंय्.''

यावर कोणतीच प्रतिक्रिया न देता रश्मी केवळ मान हालवून निघून जात असे. त्यांच्या मैत्रीतील निकोपपणा लीना पाहत होती. लीनाचे त्या दोघींवर बारीक लक्ष असे. त्यामुळे कधी दोघींमध्ये किरकोळ मतभेद झाले, तरी लीनाच्या लक्षात येत. कविता अन् शर्मिला मात्र फार जवळ येऊ शकल्या नाहीत. नेहाच्या जन्मानंतर नेहावर लक्ष केंद्रित करावे लागल्याने शर्मिला तिच्यापासून हळूहळू दूरच गेली. कविताच्या हे लक्षात आले, पण त्यातली गंभीरता तिच्या लक्षात आली नाही. शर्मिलाला मनातली एखादी गोष्ट बोलायची असली, तरी ती रश्मीपाशी बोलत असे किंवा लीनामावशीजवळ. आईजवळ किंवा वडिलांजवळ मन मोकळे करण्याइतकी जवळीक त्यांच्यात निर्माणच होऊ शकली नाही. शर्मिलाला कविताने इतके स्वातंत्र्य दिले होते की, तिच्या मनात येईल तेव्हा ती घरी येत असे किंवा अभ्यासही तिच्या लहरीप्रमाणे होत असे. तिचे विचारही कविताच्या विचारांपेक्षा खूपच पुढारलेले होते. कधी कधी कविताला लीना जागरूक करीत असे.

"अगं, मुलीला इतकं स्वातंत्र्य देऊ नकोस. प्रत्येक गोष्ट मागितली अन् मिळाली असं झालं की, त्यांनाही तशीच सवय लागते.''

यावर कविताचे उत्तर असे, "अगं, करू दे त्यांच्या मनासारखं. हल्ली जग बदलत चाललं आहे. आपणही बदलायला हवं ना? अन् दोनच मुली. त्यांचे नाही लाड करायचे, तर कुणाचे करायचे? मुली लग्न होऊन दुसऱ्याच्या घरी जाणार, या कल्पनेचाही मला त्रास होतो अन् मग मी जास्तच लाड करते त्यांचे!''

"पण त्यात त्यांचं नुकसान आहे कविता. तू माझी जिवलग मैत्रीण. शर्मिलाही मला मुलीसारखीच आहे, म्हणून सांगते. राग मानू नकोस. रश्मीचे लाड तर मीही करते. पण मुलगी काय करते, कोठे जाते, किती पैसे खर्च करते, हे प्रश्न तू तिला विचारायला हवेस. प्रथमपासूनच मुलींना घरात असे सर्व सांगायची सवय असेल, तर मग जेव्हा अवघड व विचित्र प्रश्न निर्माण होतात, तेव्हा मुलगी आपल्याजवळ मोकळेपणाने बोलते. जर मुलीचा आणि आईचा संवादच होत नसेल, तर मग अशा वेळी संवाद साधणं अवघड जातं.''

"अगं, तुमच्या घराशिवाय ती कुठे जातच नाही; मग मी कशाला

काळजी करू तिची?''

कविताच्या उत्तरावर लीना गप्प बसली खरी, पण तिला मनातूनच कविताचे वागणे खटकत होते. तरुण मुलीच्या आईने इतके निष्काळजी असणे बरे नव्हे. एकतर हे वय अर्धवट असते. चांगलेवाईट कळू शकत नाही. माणसांची पारख नसते. हल्ली मुली बऱ्याच काळ घराबाहेर असतात. अशा वेळी त्यांना बाहेर ऐनवेळी कोणत्या प्रसंगांना तोंड द्यावे लागेल, माहीत नसते. मुलींच्या मनात आई-वडिलांबद्दल विश्वास हवा की ते आपल्यावर ओढवलेल्या कोणत्याही प्रसंगी आपल्या पाठीशी राहतील. कविताला हे कसं कळत नाही? अन् लक्षात आणून द्यायचा प्रयत्न केला, तर ती दुर्लक्ष करतीय? शर्मिला रश्मीकडे सतत येते खरी, पण हल्ली तिच्या वागण्यात बदल झालाय. तिचं अभ्यासावरचं लक्षच कमी झालंय. नटण्या-मुरडण्याकडे ती जरा जास्तच लक्ष देतीय. या गोष्टी कविताच्या कशा लक्षात येत नाहीत, ज्या माझ्या लक्षात येत आहेत!

लीनाने ठरविले, आता रश्मी व शर्मिलावर लक्ष ठेवायचं अन् तसंच काही आढळलं, तर रश्मीला खोदून विचारायचे. रश्मी काही आपल्याला टाळू शकणार नाही.

एकदा रश्मी आणि शर्मिला हॉलमध्ये सोफ्यावर त्यांच्या कॉलेजच्या सॅक ठेवून गच्चीत गप्पा मारीत बसल्या होत्या. लीनाने सहजच उत्सुकता म्हणून त्यांच्या सॅक उघडल्या अन् शर्मिलाच्या सॅकमधील वहीतून एका तरुण मुलाचा फोटो बाहेर पडला. लीनाला आश्चर्य वाटले. तिने त्या तरुणाचा फोटो बारकाईने पाहिला. दिसायला चांगला होता. हसतमुख अन् स्मार्ट. कोण आहे हा? एवढ्यात रश्मी अन् शर्मिला आत आल्या. लीनाच्या हातातील फोटो पाहून शर्मिला एकदम दचकली. ती घाईघाईने म्हणाली,

''मावशी, दे तो फोटो.''

अन् लीनाच्या हातातील फोटो घेऊन सॅकमध्ये टाकून दोघीही रश्मीच्या खोलीत पळाल्या. 'हा कोण मुलगा?' अशी चौकशी करण्यासही त्यांनी लीनाला सवड दिली नाही.

मधे बरेच दिवस लोटले. हल्ली बऱ्याचदा रश्मी कॉलेजमधून घरी येताना एकटीच येत असे. शर्मिला त्यानंतर तास-दीड तासाने रश्मीकडे येई व त्यानंतर स्वतःच्या घरी जाई.

''रश्मी, मला हल्ली शर्मिलाच्या वागण्यात बदल वाटतोय हं! काय कुणाच्या प्रेमात वगैरे पडली आहे का?'' लीनाने एके दिवशी रश्मीला संधी साधून विचारलेच.

सुरुवातीला रश्मीने काही सांगण्यास कांकूं केली; पण आईजवळ 'आता काही चालणार नाही', हे लक्षात आल्यावर तिने होकारार्थी मान डोलावली.

"तोच का तो— त्या दिवशी मी ज्याचा फोटो शर्मिलाच्या सॅकमध्ये पाहिला, तो?"

"हो. आई, चांगला मुलगा आहे तो."

"काय करतो?"

"आम्हाला सीनिअर आहे. घरचा खूप श्रीमंत आहे. पण तरीही त्याला श्रीमंतीचा गर्व नाही अन् हुशारही आहे. डिग्री घेतल्यानंतर एम.बी.ए. करणार आहे. घरचा बिझनेस आहेच त्यांचा. त्याला उपयोग होईल त्याचा."

"अरे व्वा! बरीच माहिती आहे की तुम्हाला! अगदीच आंधळेपणाने विश्वास टाकलेला दिसत नाही. पण मग शर्मिला तिच्या घरी आई-बाबांना का सांगत नाहीय्?"

"अगं, अक्षय आधी त्याच्या आई-वडिलांची परवानगी घेणार आहे अन् मग शर्मिलाला मागणी घालणार आहे."

"व्वा! चांगलंच आहे की मग. मला कविताला सांगायला काहीच हरकत दिसत नाही."

"आई, एक प्रॉब्लेम आहे. हे लग्न इंटरकास्ट आहे. अन् कवितामावशी व संजयकाका याला परवानगी देतील असे वाटत नाही. अन् म्हणूनच शर्मिलाची इतक्यातच घरी काही सांगण्याची तयारी नाही."

"अगं, पण दोघं बाहेर हिंडतफिरत असणार. अक्षय चांगला आहे म्हणताय तुम्ही, पण हे तुमच्या दृष्टीने. तो खरंच किती रिलायबेल आहे हे पाहिलं पाहिजे. तो त्याच्या आई-वडिलांना कधी सांगणार आहे अन् खरंच सांगणार आहे की शर्मिलापाशी तसं खोटंच सांगतोय, हे तपासून पाहायला नको का?"

"आई, तुला शंकाच खूप असतात. शर्मिलाने अक्षयची अन् माझी ओळख करून दिली आहे. चांगला मुलगा आहे तो."

"ते काही नाही. तुम्ही दोघी कविताला सांगणार नसाल, तर मी सांगते. आपण अक्षयला घरी बोलवू. मी त्याची अन् कविताची ओळख करून देते."

"मी शर्मिलाशी बोलते." रश्मीने आश्वासन दिले.

●

लीनाला पुन:पुन्हा वाटत राहिले की, या मुलींना उगाच इतके स्वातंत्र्य दिले. शिवाय हल्ली मोबाईल असतो प्रत्येकीजवळ. त्यामुळे त्या कुणाच्या संपर्कात असतात, कुणाशी काय बोलतात, काही कळत नाही. सेलवर तासन् तास शर्मिला तिच्या खोलीत बसून बोलत असेल, तर त्याचा पत्ता कविताला कसा लागणार? अन् ती मित्राशी बोलते की मैत्रिणीशी, कसं समजणार? या तरुण मुली सतत बाहेर असतात. शर्मिला अन् रश्मी तशा विचारी आहेत. पण शर्मिला पडलीच ना कुणा इतर जातीतल्या मुलाच्या प्रेमात? हल्ली जातपात राहिली नाही काही. तरीही राहणीमान, खाणंपिणं यात फरक पडतोच ना? अन् 'लग्न होऊन दुसऱ्याच्या घरी जायचं'— इतकी सोपी गोष्ट आहे का ही? एकाच जातीत लग्न झालं, तरी दोन घरांत किती फरक पडतो अन् हे तर विभिन्न जातींतलं लग्न. म्हणजे कसं ॲडजेस्ट करणार शर्मिला, कोण जाणे? ते काही नाही. रश्मी काहीही म्हणो; आपण कविताला सांगायलाच हवं.

लीनाने कविताला सांगण्याचा निश्चय केला खरा; पण लीनाच्या माहेरी अचानक एक कार्यक्रम ठरला अन् लीनाला आठ दिवस माहेरी जावं लागलं. रश्मी अन् रोहित मोठे असल्याने लीनाला घरची काळजी करण्याचे कारण नव्हते. माहेरी जाऊन आठ दिवस मजेत घालवून लीना जेव्हा परत पुण्यात घरी आली, तेव्हा तिला रश्मीचा चेहरा उतरलेला दिसला.

"काय गं? काय झालं? बरंबिरं नाही की काय तुला?" लीनाने काळजीने विचारले.

"अगं आई, तू माहेरी गेलीस अन् इकडे केवढा गोंधळ झालाय! कविता मावशीने शर्मिला अन् अक्षयला एकत्र फिरताना पाहिले. तिने घरी आल्यावर शर्मिलाला चांगलेच फैलावर घेतले. शर्मिला अन् अक्षय लग्न करणार आहेत म्हटल्यावर कवितामावशीने तर घरच डोक्यावर घेतलंय. त्यातून अक्षय परजातीतला आहे म्हटल्यावर तर तिने या लग्नाला पूर्णत: नकार दिलाय्."

"बाप रे! मग?"

"अगं, कवितामावशीला समजलंय की तुला व मला सर्व माहीत होते. तिने त्या दिवसापासून माझ्याशी अबोला धरलाय. शर्मिलाला आपल्या घरी येण्याची बंदी घातलीय."

"मी जाते कविताकडे. समजूत घालीन मी तिची. मी तिला सांगणारच होते सर्व काही, पण तेवढ्यात माहेरी जावं लागल्यानं राहून गेलं." लीना म्हणाली.

लीना त्यानंतर कविताकडे गेली. तिने तिला सर्व काही सांगून समजावण्याचा

प्रयत्न केला, पण कविता फारच चिडलेली होती. शिवाय, ती फार निराश अन् उद्विग्न झाली होती. सारखी रडत होती. डोळ्यांतले अश्रू पुसत ती म्हणाली, "फार विश्वास टाकला मी लीना, तुझ्यावर अन् तुझ्या मुलींवर; पण केसाने गळा कापलात तुम्ही!"

"अगं, आम्ही काय केलंय? आम्हाला दोष देण्यापेक्षा तू शर्मिलावर लक्ष ठेवायला हवं होतंस."

"ती तुझ्या घरी असते, म्हणून निश्चिंत होते मी. पण गेल्या महिनाभर ती तुझ्या घरीही नसते हे तू सांगितलं नाहीस मला. एवढी जवळची मैत्रीण तू... सख्ख्या बहिणीपेक्षाही जवळचं मानलं होतं तुला. पण नाही, आता तू काहीही म्हटलंस, तरी तुझ्यावर विश्वास बसणार नाही माझा. अगदी 'मैत्री' या शब्दावरचा विश्वासही उडालाय. शर्मिलाला मुलीसारखं मानत होतीस ना तू; पण तिच्यात अन् रश्मीत भेदभाव केलासच ना! मुलगी वेगळी अन् मुलीसारखं वेगळं. शेवटी फरक आहेच दोन्हीत. रश्मीच्या बाबतीत असं काही घडलं असतं, तर गप्प बसली असतीस का?"

"अगं, आत्ताही गप्प बसले नव्हतेच मी. तुला सांगणारच होते सारं काही, पण तेवढ्यात माहेरी जावं लागलं मला..."

"काही बोलू नकोस आता. एवढा वेळ नव्हता का तुझ्याजवळ? माहेरी जाण्यापूर्वी बोलून जायचंस माझ्याशी. थांब, आता कसलंही कारण देऊ नकोस. माझ्या तोंडून एखादा वेडावाकडा शब्द येण्यापूर्वीच जा तू लीना."

लीना मुकाट्याने घरी आली. आपलं चुकलंच. कविताला सांगायला हवं होतं. तिने स्वतःला पन्नास वेळा दोष दिला. आता तिच्या हातात काहीच राहिलं नव्हतं. गप्प बसण्यापलीकडं ती काहीच करू शकत नव्हती. शेवटी शर्मिला कविताची मुलगी होती. तिच्याबाबत काय तो निर्णय घेण्याचा अधिकार कवितालाच होता.

•

कविताने शर्मिलाला घरातच डांबून ठेवले. रश्मीच्या घरी जाण्यासही परवानगी दिली नाही. कॉलेजची सेकंड टर्म संपतच आली होती. त्यामुळे कॉलेजमध्ये गेले नाही तरी चालणार होते. कविताने लीनाशी बोलणेही बंद केले. लीनाला या गोष्टीचा फार मनस्ताप झाला.

एके दिवशी अक्षय शर्मिलाच्या घरी गेला. त्याने कविता व संजयशी बोलण्याचा प्रयत्न केला, पण कविताने त्याच्याशी बोलण्यास पूर्ण नकार दिला. तिचे एकच म्हणणे होते की, गोड बोलून तू शर्मिलाला जाळ्यात ओढलेस. अक्षयने सांगण्याचा प्रयत्न केला की तो शर्मिलाशी लग्न करणार आहे. अगदी घरच्यांनी विरोध केला, तरीसुद्धा तो लग्न करील. पण कविता व संजयने शर्मिलाला अक्षयसमोर आणलेही नाही व अक्षयला 'पुन्हा आमच्या घरी येऊ नकोस' असे सांगून जवळजवळ घराबाहेर काढले. हे सारे अक्षयने रश्मीला सांगितल्यामुळे लीनाला कळले. लीनाने फोन करून कविताला समजावण्याचा प्रयत्न केला की, तू शर्मिला व अक्षयचे लग्न लावून दे, नाहीतर यातून आणखीनच काहीतरी घडेल. पण कविताने काहीही न बोलता फोन कट केला. परीक्षा जवळ आल्या होत्या, म्हणून त्या निमित्ताने शर्मिलाच्या घरी रश्मी जात होती. दोघी मिळून अभ्यास करू, असे शर्मिलाने आश्वासन दिल्याने कविताने रश्मीला घरी येण्यास परवानगी दिली होती. दोघीही मनापासून अभ्यास करीतही होत्या. परीक्षा बिनबोभाट पार पडली. कविताही थोडी निश्चिंत झाली. शर्मिलाने तिला वचन दिले की 'मी अक्षयला कधीच भेटणार नाही.' त्यामुळे कविताने शर्मिलाला बाहेर हिंडण्यास परवानगी दिली, पण तरीही तिच्यासोबत नेहा अथवा कविता असत.

एक दिवस शर्मिलाच्या घरी रश्मी गेली होती. शर्मिला कविताला म्हणाली, ''आई, मी अन् रश्मी फिरायला जाऊ का? मला घरी बसून खूप कंटाळा आला आहे.''

कविताने तिला परवानगी दिली, पण 'लवकरच घरी या' असेही सांगितले. रश्मी व शर्मिला फिरायला बाहेर पडल्या, त्या वेळी साधारण संध्याकाळचे सहा वाजले होते.

रात्री आठ वाजता रश्मी घरी आली, तेव्हा खूप घाबरलेली होती. ती लीनाला म्हणाली, ''आई, घात झाला. अक्षयच्या गाडीत बसून रश्मी पळून गेली!''

लीनाला धक्काच बसला. ''अगं, काय सांगतेयस तू? जरा नीट सविस्तर सांग मला—'' रश्मीने रडत-रडत तुटकपणे सांगितले. त्यातून लीनाला साधारणपणे कळले की, रश्मी व शर्मिला फिरायला बाहेर पडल्यावर शर्मिलाने तिला 'आज आपण चांदणी चौकात जाऊ' असे म्हटले. रश्मीने त्यास विरोध केला, पण शर्मिलाने खूपच आग्रह केला, म्हणून दोघीही गाडीवर चांदणी चौकात गेल्या. तिथे अक्षय गाडी घेऊन आला होता. शर्मिला रश्मीच्या गाडीवरून उतरली आणि तिने रश्मीला सांगितले की, आता मी अक्षयबरोबर जाणार आहे. आम्ही

दोघे लग्न करणार आहोत. तू माझ्या आईला निरोप दे व तिची माझ्या वतीने क्षमा माग. रश्मीने तिला अडविण्याचा प्रयत्न केला, पण शर्मिलाने ऐकले नाही.

हे सारे ऐकल्यावर लीना डोक्याला हात लावून खालीच बसली. असे काहीतरी अघटित घडेल, याची तिला भीती वाटतच होती; पण याला रश्मी कारणीभूत व्हायला नको होती. आता रश्मीने कितीही सांगितले की, तिला या प्लॅनमधील काहीही माहीत नव्हते, तरी कोणीही ऐकणार नाही. शर्मिला व अक्षयने मोबाईलवर बोलून सर्व प्लॅन आधीच ठरविला होता. रश्मीला त्यांनी विश्वासात घेऊन काहीही सांगितले नाही, यावर कोण विश्वास ठेवणार? कदाचित कविता उद्या पोलिसांकडे गेली, तर 'शर्मिलाला पळून जाण्यास मदत केली', या आरोपाखाली रश्मीला अटकही करतील. देवा रे! काय होऊन बसले हे?

लीनाने शेखरला फोन करून ताबडतोब घरी येण्यास सांगितले. नशिबाने शेखरला त्या दिवशी विशेष काम नसल्याने तो लगेच घरी आला. सर्व घटना ऐकल्यानंतर शेखरने संजयशी बोलण्याचे ठरविले. तो स्वत: शर्मिलाच्या घरी गेला. त्याने सर्व गोष्टी इतक्या कुशलतेने हाताळल्या की त्यामुळे कविता व संजय पोलिसांकडे गेले नाहीत. त्यांनी व शेखरने अक्षयच्या घरी फोन करून घडलेली सर्व घटना सांगितली. अक्षयचे आई-वडील समजूतदार होते. त्यांनी अक्षयच्या मोबाईलवर फोन करण्याचा प्रयत्न केला, पण अक्षयने मोबाईल बंद ठेवला होता. अक्षयच्या वडिलांनी कविता व संजयला खात्री दिली की, जरी अक्षयने आमच्या मनाविरुद्ध लग्न केले असले, तरी आम्ही शर्मिलाचे व त्याचे पुन्हा सर्वांच्या साक्षीने लग्न करून देऊ; तुम्ही काळजी करू नका.

दुसऱ्या दिवशी अक्षय व शर्मिला लग्न करून अक्षयच्या घरी आल्यानंतर अक्षयच्या बाबांनी कविता व संजयला बोलावून घेतले. त्यानंतर सारे सुरळीत पार पडले खरे; पण तरीही कविताच्या मनातली अढी गेली नाही. तिने शर्मिलाशीही संबंध ठेवला नाही. रश्मी व लीनाशी तर तिने सर्व संबंध तोडून टाकले.

'तुम्ही दोघींनी मला फसविले. तुम्हाला आधीच सर्व माहीत होते. तुमची त्या लग्नाला मान्यताच होती.' हा लीनावर ठपका ठेवला.

लीनाला तिची व कविताची मैत्री तुटल्याचे विलक्षण दु:ख झाले. आता हे घर बदलून कविताच्या घरापासून दूर घर घ्यावे, असे तिने ठरविले. त्याच वेळी शेखरची दिल्लीला बदली झाली अन् ते सर्वजण दिल्लीला गेले. ही घटना घडून पाच-सहा वर्षं झाली होती. मध्यंतरीच्या काळात तिचा व कविताचा ना कधी फोन झाला, ना पत्रव्यवहार. तिला कविताच्या घरी घडणाऱ्या घटनांची

माहिती मात्र तिथल्या आजूबाजूच्या लोकांकडून कळत होती. शर्मिलाला 'दिवस गेल्यानंतर' कविताच्या मनातील राग कमी झाला होता. आता तर शर्मिला, तिची मुलगी व अक्षय यांच्याशिवाय कविताचे पान हलत नव्हते. पण तरीही लीनाला फोन करावा, असे मात्र कविताला कधीच वाटले नव्हते.

•

एके दिवशी शर्मिलाची धाकटी बहीण नेहाची लग्नपत्रिका लीनाला आली. ती पत्रिका मिळाल्यानंतर तिने ठरविले की, या लग्नासाठी पुण्याला नक्कीच जायचे अन् तुटलेले मैत्रीचे धागे पुन्हा जुळवायचे. तिला वाटले, कवितालाही असेच वाटत असणार. लीनाच्याही दोन्ही मुलांची लग्ने होऊन दोघेही परदेशी गेले होते. लीनाने त्यांच्या लग्नातील फोटो, कविताला डिनरसेट, संजयला कपडे, नेहाला साडी असा आहेर घेतला होता. या मधल्या काळातील घडामोडी कविताला कधी एकदा सांगेन, असे तिला झाले होते. पण मधूनच तिच्या मनात शंका येत होती की, आपल्याला जेवढे उत्कटतेने वाटते, तेवढ्या उत्कटतेने कवितालाही वाटत असेल का? तिने पत्रिका पाठवली, म्हणजे तिलाही असेच वाटत असणार. की माझ्या दोन्ही मुलींचे चांगले झाले असे आपल्याला दाखविण्यासाठी तिने पत्रिका पाठवली असेल? कोण जाणे, काय ते! ट्रेन हळूहळू मंद झाल्याचे जाणवले म्हणून लीनाने डोळे उघडले.

"अरेच्चा! पुणे स्टेशन आलेही." एक सूक्ष्म आनंदाची लहर तिच्या शरीरातून निघाली. तिने घाईघाईने सामान उचलले, तेवढ्यात एका कुलीने वर येऊन तिला सामान उचलण्यास मदत केली.

"जरा जपून रे बाबा, काचसामान आहे ते."

"ताई, काळजी करू नका. मी तुम्हाला रिक्षापर्यंत सामान नेऊन देतो." कुली म्हणाला. रिक्षापर्यंत सर्व सामान व्यवस्थित आले, पण रिक्षात ठेवताना मात्र त्याच्या हातून ते निसटले अन् रिक्षामध्ये सीटखाली पडले.

"अरे, हळूहळू— फुटले बहुधा!" लीना जवळजवळ ओरडलीच.

तिने कशीतरी नोट काढून कुलीला दिली अन् गडबडीने डिनरसेट उघडून पाहिला. तो बॅगेत होता म्हणूनच बचावला होता, पण तरीही एका बाऊलला मधोमध एक बारीक तडा गेला होता. तिच्या मनाला या घटनेने थोडी रुखरुखच वाटली.

लग्नाच्या हॉलच्या दारापाशी रिक्षा थांबली. लीनाला दारातच कविता व संजय येणाऱ्या पाहुण्यांचे स्वागत करण्यासाठी थांबलेले दिसले. रिक्षावाल्याचे पैसे देऊन सामान उचलून लीना पुढे झाली. कविताने पुढे होऊन औपचारिकतेने तिचा हात हातात घेतला. संजयने लीनाचे सामान घेतले. कविताच्या हातात लीनाचा हात होता खरा; पण लीनाला जाणवले की, हा स्पर्श पूर्वीची तिची मैत्रीण कविता होती, त्या कविताचा नाही. आत्ताची दिसणारी ही कविता फार दूरस्थ वाटत आहे. कोणा तरी अनोळखी माणसाचा स्पर्श व्हावा तसा हा स्पर्श आहे.

लीनाचे मन नाराज झाले. संपूर्ण कार्य होईपर्यंत ती हॉलमध्ये थांबली खरी, पण तिचे सर्व कार्यक्रमांवरचे लक्षच उडाले. शर्मिला व तिचा नवरा अक्षय 'हाय! हॅलो!' करून गेले, पण त्यातही आत्मीयता नव्हती. लीनाच्या मनात आले— म्हणजे, कविताच्या मनातली आपल्याबद्दलची अढी अजूनही पूर्णपणे गेली नाही का? खरेतर आता तिच्या दोन्हीही मुलींचे 'कल्याण' झाले आहे. शर्मिलाही सुखात आहे. तरीही असे का? तिची ती लहानपणापासूनची जिवलग मैत्रीण कुठे तरी हरवली आहे. लहानपणी सोप्यात फुगडी खेळताना 'आम्ही दोघी मैत्रिणी सोप्यात गंऽ गुलाबाचे फूल माझ्या डोक्यात गंऽ' असे एक सुरात म्हणणारे ते सूर आता दुभंगले आहेत, बेसूर झाले आहेत. तो सोपाही मागे पडला. ती बालपणीची निरागसताही संपली अन् ती निखळ मैत्रीही तुटली.

लीनाने निर्जीवपणे सर्वांना आहेर केले अन् न जेवताच ती हॉलमधून बाहेर पडली. तिच्या मनात आले— त्या बाऊलला तडा गेला; आता तो कितीही सांधला व एकजीव वाटू लागला, तरीही एक सूक्ष्म रेघ त्या बाऊलच्या दोन तुकड्यांना अलगच ठेवणार आहे. आपल्या मैत्रीलाही असाच सूक्ष्म तडा गेला आहे; पुन्हा कधीही एकजीव न होण्यासाठी.

❑❑

"किती वेळा सांगितलं तुम्हाला, माझ्या लग्नासंबंधी चर्चा करत जाऊ नका म्हणून!" सुखदा करवादली. क्षणभर थांबून पुन्हा उसळून तिने ठामपणे जाहीर केले, "मी लग्नच करणार नाहीय. माझा या असल्या पाहण्याबिहण्यावर तर मुळीच विश्वास नाही. कोण कुठला बिनओळखीचा मुलगा येणार, दोन मिनिटांत माझ्याशी बोलणार अन् पसंतीनापसंती ठरविणार; याला काही अर्थ तरी आहे का?"

"अगं, पण सगळ्यांचीच लग्नं अशी ठरतात ना? आमचंही लग्न असं पाहूनच झालं होतं. नाही का हो?" सुखदाची आई सुषमा असहायपणे म्हणाली. शेवटचं 'नाही का हो' हे वाक्य तिने आपल्या नवऱ्याला— सुखदाच्या वडिलांना— उद्देशून म्हटलं.

सुखदाचे वडील संतोष चांगले ऑफिसर होते. ऑफिसमध्ये त्यांच्या हाताखाली अनेकजण होते आणि तिथे त्यांचं सर्वजण ऐकतही होते. घरी मात्र मायलेकींपुढे त्यांचं काही चालत नव्हतं. आत्ताही 'नाही का हो' या वाक्याला 'हो ना!' असंच म्हणण्याशिवाय त्यांच्यापुढे पर्याय नव्हता अन् त्याप्रमाणे त्यांनी "हो ना!" असं म्हटलंही.

"हो ना काय बाबा? तुम्ही नेहमी आईच्या 'हो' ला 'हो'च करता. अहो, तीस वर्षांपूर्वीचा काळ किती वेगळा होता; आता जग किती झपाट्याने बदलतंय! त्या काळात पाहून लग्नं ठरली असतील आणि मुलांच्या पसंतीला जास्त महत्त्वही असेल. पण आता काळ बदललाय्. मुलापेक्षा मुलीच्या पसंतीला जास्त महत्त्व आहे. आम्ही मुली इतक्या शिकलो आहोत, एवढा पगार मिळवतो; आम्हाला सर्व जण पसंत करतीलच. आम्ही कोणत्या मुलाला पसंत करतो, हे महत्त्वाचं. पण मी हे काय बोलत बसलेय? मुळात मला लग्नच करायचं नाही, तर मग ही चर्चा कशाला?" सुखदा म्हणाली.

"अगं, पण लग्न का करायचं नाही, ते तरी सांगशील का?" सुषमाने विचारले.

"माझी मर्जी! मला नाही कुणाच्या अंडर राहायला आवडत. अन् ते सासू, सासरे, नवरा— या सर्वांची मर्जी कोण सांभाळत बसणार? घरचंही सगळं करा अन् बाहेर जाऊन पैसेही मिळवा. त्यापेक्षाही आता आहे, ते आयुष्य काय वाईट आहे? माझी मी पैसे मिळवते आहे, मजा करते आहे. माझी मी स्वावलंबी आहे. कधी झोपायचं, कधी उठायचं,

कोणतं काम करायचं किंवा करायचं नाही, हे माझं मी ठरविते. कुणाच्या सांगण्यावरून स्वत:चं आयुष्य आखायला मला नाही आवडणार.'' सुखदा म्हणाली.

''अगं, पण नोकरीच्या निमित्ताने तू पुण्याला राहतेस. तू तिथे एकटी, म्हणून किती काळजी वाटते आम्हाला इकडे! इथे नगरमध्येच नोकरी कर म्हटलं, तर ऐकत नाहीस. लग्नालाही नाही म्हणतेस. तुला इतकं शिकवल्याचा पश्चात्ताप होतोय बघ आम्हाला.'' सुषमा हताशपणे म्हणाली.

मायलेकीच्या या चर्चेत संतोषने प्रथमच भाग घेतला. ''हे बघ पोरी, तुम्ही हल्लीच्या मुली व्यक्तिस्वातंत्र्य जपणाऱ्या आहात. आम्ही तुम्हाला लहानपणापासूनच विचारस्वातंत्र्य दिलं. पण याचा अर्थ असा नव्हे की, तुम्ही आई-वडिलांचं ऐकायचंच नाही. अगं, ठराविक वयात लग्न झालं की आई-वडिलांची चिंता मिटते. तुला नाही कळायचं ते.''

''बाबा, तुम्हीसुद्धा असं बोलता? अहो, लग्न हा काय विषय चिंतेचा आहे, की मुलगी हा विषय चिंतेचा आहे? बाबा, मुलगी म्हणून तुम्ही काळजी करीत असाल, तर ते चुकीचं आहे. मुली आता मुलांइतक्याच खंबीर व स्वावलंबी झाल्या आहेत. अन् तुम्हाला तर मुलगा नाही; मी एकटी मुलगी. मी तुमची मुलाप्रमाणे देखभाल करीन ना! तुम्ही कसली काळजी करता माझी?'' सुखदा म्हणाली.

सुखदाबरोबर वाद घालायला संतोष अन् सुषमा दोघेही कंटाळले. 'लहान आहे अजून. जरा मोठी झाली की कळेल आपोआप', असं समजून दोघेही गप्प बसले.

खरंतर त्या दोघांच्या दृष्टीने सुखदा लहान असली, तरी ती काही लहान कुक्कुलं बाळ नव्हती. चांगली पंचविशीची नवतरुणी होती. कॉम्प्युटर इंजिनिअर झालेली अन् एका प्रसिद्ध कंपनीत चांगल्या पगारावर काम करणारी मॅच्युअर तरुणी होती ती. हातात पैसा आल्यामुळे एक प्रकारचा आत्मविश्वास तिच्या वागण्या-बोलण्यात डोकावत असे. तिचे विचार पक्के झालेले होते. आपल्या आजूबाजूच्या मैत्रिणींचे संसार ती पाहत होती. त्यांची धावपळ, त्यांची ओढाताण पाहताना नकळतच तिच्या मनात विवाहाबद्दल प्रतिकूल मत तयार झालं होतं. त्यातच तिच्या एका जवळच्या मैत्रिणीचा— नीलमचा— लग्न झाल्यानंतर एका वर्षातच घटस्फोट झाला होता. सध्या ती व नीलम दोघीही पुण्यात एकाच होस्टेलवर रूमपार्टनर म्हणून राहत होत्या. नीलमच्या दु:खाने सुखदाही विव्हळ झाली होती अन् एकूणच लग्न करण्याच्या विरोधात विचारप्रवृत्त झाली होती.

चार दिवस आई-बाबांबरोबर नगरला राहून सुखदा परत पुण्याला आली. आई-वडिलांना नाराज करून आलो म्हणून तिला जरा रुखरुख वाटली खरी; पण पुन्हा नोकरीच्या व्यापात गुरफटल्यावर ती रुखरुख मागे पडली. कधीतरी लग्नाचा विचार तिच्याही मनात येत होता. याआधी तिने आईवडिलांच्या आग्रहाला बळी पडून ७-८ स्थळं पाहिलीही होती, पण कुणीच तिच्या अपेक्षेत बसत नव्हतं. आणि जी मुलं तिच्या शिक्षणाला, वयाला साजेशी होती, त्यांच्याकडून कधी पत्रिका जुळत नाही, तर कधी उंची जुळत नाही, अशा कारणांनी नकार आला होता. मुलांच्या मुलीबद्दलच्या अपेक्षा अन् मुलाच्या आईवडिलांच्या सुनेबद्दलच्या अपेक्षा पाहून सुखदा हादरून गेली होती. या त्यांच्या साऱ्या अपेक्षा आपण पुऱ्या करू शकू याबद्दल तिला खात्री वाटत नव्हती. आपल्या व्यक्तिस्वातंत्र्यावर घाला येईल, हीही भीती होतीच. अन् या साऱ्यातूनच लग्न न करण्याच्या निर्णयापर्यंत ती आली होती.

ऑफिसमध्ये काम करताना तिला अनेक मित्रमैत्रिणी मिळाल्या होत्या. आपल्या भावना ती या ग्रुपमध्ये मोकळेपणाने व्यक्त करू शकत होती. इतक्या मोकळेपणाने ती आईवडिलांशीही बोलू शकत नव्हती. तिच्या ग्रुपमधल्या मित्र-मैत्रिणींमध्ये तिचे आणि शशांकचे सूर चांगले जमत होते. कोणत्याही विषयावर गप्पा मारताना दोघांचे एकमत होई. ऑफिसमध्ये एकाच प्रोजेक्टमध्ये दोघे काम करीत असल्याने त्यांचे ट्युनिंग चांगले जमले होते. शशांक तिला सर्व कामांत मदत तर करीत असेच; शिवाय तिला त्याच्याकडून भावनिक सपोर्टही मिळत होता. शशांकची अशी समजून घेण्याची वृत्ती सुखदाला फार आवडत असे. हळूहळू तिचे मन शशांककडे झुकू लागले होते. एकत्र गप्पा मारताना, एकत्र काम करताना तिला त्याचा सहवास आवडू लागला होता. शशांक हा आदर्श पुरुष आहे, असे तिला वाटू लागले. आपला लग्न न करण्याचा निश्चय तिने शशांकला अनेक वेळा बोलून दाखविला होता, तरीही शशांकबद्दल तिच्या मनात सॉफ्ट कॉर्नर निर्माण झाला होता. अन् हे तिच्या वागण्याबोलण्यातून शशांकला समजू लागले होते. शशांकलाही सुखदाची हुशारी, तडफदारपणा आवडत होता.

एक दिवस शशांकनेच पुढाकार घेऊन तिला विचारले, "सुखदा, मला तुझे लग्नाबद्दलचे विचार माहीत आहेत; पण तरीही मी तुला विचारतो की, मी तुला आवडतो का?" सुखदा प्रथम आश्चर्यचकित झाली, पण शशांकच्या धिटाईवर खूष झाली. लग्न न करता एकत्र राहण्याचा प्रस्ताव त्याने जेव्हा

तिच्यापुढे मांडला, तेव्हा ती चकित झाली; पण आता तिच्या मनात शशांकबद्दल ओढ निर्माण झाली होती. 'विचार करून सांगते', असं ती म्हणाली खरं, पण तिची मूक संमती शशांकला कळली होती अन् थोड्याच दिवसांत दोघे एकत्र राहू लागले.

सुखदाचं हे वागणं नीलमला अजिबात आवडलं नाही. तिने तसं बोलूनही दाखवलं, पण आता सुखदा तिचं ऐकण्याच्या मन:स्थितीत नव्हती. आपलं व्यक्तिस्वातंत्र्य खंडित होत नाही, यावर ती खूष होती. शशांक व तिने फ्लॅट खरेदी केला होता. खरंतर फ्लॅटवर ती एकटीच राहत होती. शशांक येऊन-जाऊन होता. शशांकने त्याच्या घरी सुखदाबद्दल काहीच सांगितले नव्हते अन् तिचीही तशी अपेक्षा नव्हती. सुखदा आपल्या या नवीन आयुष्यावर खूश होती. शशांकवर खूश होती. दोघेही एका नवीन प्रोजेक्टच्या कामात गुंतले होते, त्यामुळे ऑफिसमध्ये रात्री ९ वाजेपर्यंत काम करीत बसावे लागत होते. रोजचा दिवस इतका धावपळीचा जात होता की सुखदाला स्वत:कडे पाहण्यासही वेळ नव्हता.

असेच चार-पाच महिने उलटले. प्रोजेक्टचे काम आता संपत आले होते. सुखदा एका रविवारी घरी निवांतपणे कॉटवर लोळत असताना तिचे कॅलेंडरकडे लक्ष गेले अन् तिच्या लक्षात आले की, काहीतरी गडबड आहे. गेल्या चार महिन्यांत तिचा मंथली पिरीअड चुकला होता! कामाच्या नादात तिच्या लक्षात आले नव्हते. सुखदा कॉटवर ताड्कन उठून बसली. घाईघाईने तिने तिच्या डॉक्टर मैत्रिणीला— अश्विनीला फोन लावला. अश्विनीने तिचे म्हणणे ऐकून घेतले अन् तिला दुसऱ्या दिवशी हॉस्पिटलमध्ये चेकअपसाठी बोलावले.

सुखदाने दुसऱ्या दिवशी सरळ रजा टाकली अन् हॉस्पिटल गाठले. हॉस्पिटलमधून आल्यानंतर अक्षरश: चालण्याइतकेही त्राण तिच्या पायात उरले नव्हते. तिला प्रचंड धक्का बसला होता. सर्व खबरदारी घेऊनही जे घडू नये, ते घडले होते. ती एका बाळाची आई होणार होती. तीन महिने उलटून गेल्यामुळे ॲबॉर्शनचीही शक्यता नव्हती. सुखदाच्या डोक्यात विचारांचे काहूर माजले होते. 'काय करावे? ॲबॉर्शनचा मार्गही बंद झाला होता. आता काय? शशांकला सारे सांगायला हवे. लवकरात लवकर लग्न करायला हवे; त्याशिवाय दुसरा पर्याय नाही. कुमारी माता होण्यापेक्षा लग्न केलेले परवडले!' असे उलटसुलट विचार तिच्या मनात येत होते. जे लग्न म्हणजे बेडी आहे असे तिला वाटत होते, त्याच लग्नाच्या विचारापर्यंत ती येऊन पोचली होती.

रात्री उशिरा काम आटोपून शशांक घरी आल्यावर तिने रडतरडत त्याला सर्व सांगितले, "शशांक, आता आपण लग्न करू या." अखेर सुखदाने आपला निर्णय सांगितला.

"लग्न? छे छे! ते कसे शक्य आहे?" शशांक चमकून म्हणाला.

"का? का शक्य नाही? लग्नाचे बंधन मला नको होते; तुझा कधी त्याला विरोध नव्हता ना?" सुखदा म्हणाली.

"सुखदा, तुला आता सर्व खरं-खरं सांगायलाच हवं." शशांक गंभीरपणे म्हणाला.

"खरंखरं म्हणजे, नेमकं काय म्हणायचं आहे तुला?" सुखदा घाबरून म्हणाली.

"सुखदा, रागावू नकोस... पण माझे लग्न यापूर्वीच झाले आहे!" शशांक म्हणाला.

"कायऽऽ" सुखदा किंचाळून म्हणाली.

सारे जग आपल्याभोवती फिरत आहे, असे सुखदाला वाटले.

"शशांक खरं बोलतोय ना तू? अरे, एवढी मोठी गोष्ट तू मला कधीच कशी सांगितली नाहीस? अरे, किती जवळचा मित्र समजत होते मी तुला अन् तूच मला असा दगा दिलास?" सुखदाने थरथर कापत म्हटले. सुखदाने खूप आरडाओरडा केला, शशांकच्या हातापायाही पडली; पण शशांकने लग्न करण्यास नकार तर दिलाच, पण बाळाची जबाबदारी घेण्याचेही नाकारले.

शशांक निष्ठूरपणे सर्व संबंध तोडून निघून गेला. सुखदा सुन्न झाली होती. दोनतीन दिवस तिचं डोकं काम करेनासंच झालं होतं. हळूहळू ती भानावर आली. आईची तिच्याबद्दलची काळजी व त्यामागची भावना आता तिला खऱ्या अर्थाने समजली. मुलगी म्हणून जन्माला आल्यानंतर येणारी जबाबदारी आता कुठे तिला जाणवू लागली. आयुष्याबद्दल गंभीरपणे ती प्रथमच विचार करत होती. आजपर्यंत मिळवलेला पैसा, स्वातंत्र्य तिला आत्तापर्यंत खूप महत्त्वाचं वाटत होतं; पण त्यापेक्षाही आणखीन् महत्त्वाचं काहीतरी असतं, हे तिला प्रथमच जाणवत होतं. 'लग्न ही बेडी नव्हे, ते एक पवित्र बंधन आहे', हे आईचे शब्द तिला आठवू लागले. या पवित्र बंधनाला तिने ठोकरलं होतं. त्याबद्दल तिला आता पश्चात्ताप होत होता. स्वतःच्या मनात आलेल्या ॲबॉर्शनच्या विचाराबद्दलही तिने स्वतःचा धिक्कार केला. तिची आई, तिची आजी यांचे संसार तिने पाहिले होते अन् तरीही त्यांनी केलेले संस्कार ती विसरली होती.

ती जेव्हा आजोळी राहायला जात असे तेव्हा तिची आजी किती प्रेमाने सगळ्या घरादाराचं करते, ते ती पाहत होती. आजीचं घर म्हणजे गावातल्या प्रत्येकाचं हक्काचं घर होतं. आजीला जेव्हा ती म्हणत असे की, 'आजी, तू असं सगळ्यांचं इतकं प्रेमानं कसं काय करू शकतेस?' तेव्हा आजी म्हणत असे की, 'बाई गं, गृहस्थधर्म आहे हा. गृहस्थाश्रमात स्वत:चा संसार तर करायचाच, पण स्वत:बरोबरच समाजासाठीची कृतज्ञतेने काही सेवा करायची असते.'

सुखदाला खूप रडू येत होतं. या गृहस्थाश्रमाचं महत्त्व न ओळखता तिने त्याला नावं ठेवली होती. सुखदाला समजत नव्हतं की या आपल्यावरच्या संकटातून आता मार्ग कसा काढायचा? लग्न हा केवळ एक सोपस्कार नाही; त्यामागे स्वत:चे जीवन व समाजाचे जीवन निरोगी राहण्यासाठी पूर्वीच्या विद्वान समाजधुरिणांनी घातलेली एक सीमारेषा आहे याचा प्रत्यय तिला येत होता. त्यासाठी लागणाऱ्या संयमाची शिकवण तिला खरंतर मिळाली होती, पण तिचा तिला विसर पडला होता. पाश्चात्त्य संस्कृतीच्या प्रभावाखाली भारावलेली व अंधानुकरण करणारी तिच्यासारखी तरुण पिढी कोणत्या दिशेने वाटचाल करीत आहे याचाच ती एक नमुना बनली होती. आधुनिकीकरण व भारतीय संस्कृतीचा मिलाफ करता येण्याएवढे स्वातंत्र्य व बुद्धिमत्ता वास्तविक त्यांच्यासारख्या तरुण पिढीला मिळाली होती, पण त्याचा फायदा तिला घेता आला नव्हता. ती खूप निराश झाली होती. एक जाणतं माणूस तिला हवं होतं— जे तिला यातून सुखरूप बाहेर काढेल. सुखदा आपल्या आई-वडिलांकडे जाऊन मोकळेपणाने तिचा प्रश्न सांगू शकत नव्हती. तिच्या वडिलांना नुकताच हॉर्ट अॅटक येऊन गेला होता. त्यांच्या अशा नाजूक अवस्थेत ती घरी जाऊ शकत नव्हती. सुखदाचं असं कोसळणं त्यांना सहन झालं नसतं.

सुखदा विचार करत होती. विचार करताकरता तिच्या लक्षात आलं की, तिची आजीच तिला या प्रश्नातून सुखरूप बाहेर काढील. सुखदाला माहीत होतं की आजी तिला रागवेल, टाकून बोलेल, पण तिला एकटीला वाऱ्यावर सोडणार नाही. अन् आजीच्या शेजारी राहणारा तिचा बालमित्र शेखर— जो शिकलेला असूनही शेती करीत होता, तोही— तिला नक्कीच मदत करील. सुखदाने आजीकडे जाण्याचा निर्णय घेतला अन् तिला शांत वाटू लागले.

सुखदाने ऑफिसमध्ये फोन करून सांगितले की, ती रजेचा अर्ज पाठवीत आहे. मग तिने शांतपणे आपली बॅग भरायला सुरुवात केली.

❑❑

“दादा, तुमच्या या शिरीषला लष्करात घाला. चांगली मर्दुमकी गाजवील ती!” गावाहून आलेल्या हरिकाकांनी शिरीषच्या पाठीत थाप घालत दादांना म्हटलं तसे शिरीषने गाल फुगविले, अन् ती रागावून हरिकाकांना म्हणाली, “हे हो काय काका? नेहमी कसली चेष्टा करता माझी? अन् खरंच दादांनी मला लष्करात घातलं ना, तर मी निश्चितच पराक्रम गाजवीन. पण काका, स्त्रीने गाजविलेल्या पराक्रमाला मर्दुमकी नाही म्हणत. मर्दुमकीमध्ये मर्द हा शब्द येतोय. मला तुम्ही काहीही म्हणालात ना, तरी फरक पडणार नाही. नाहीतरी इतर मुलींसारखी मुळूमुळू रडत बसणारी मी नव्हेच.”

तिच्या या बोलण्यावर मोठ्यांदा हसून हरिकाका म्हणाले, “अरे हो! मर्दुमकी शब्द चुकलाच, नाही का? काय करणार? माझं मराठी जरा कच्चं आहे बघ. कर्नाटकात राहिलो ना बराच काळ, त्यामुळे हे असं होतं बघ! बाकी तू काही म्हण, मला तुझा हा धीटपणा नेहमीच आवडतो बरं का!”

खरंचच हरिकाकांनी जरी शिरीषची चेष्टा केली असली, तरी त्यात कौतुकाचाच भाग अधिक होता. शिरीषच्या उंच्यापुऱ्या दणकट तब्येतीचे त्यांना नेहमीच कौतुक वाटे. शिरीष तब्येतीने तर सुदृढ व दणकट होतीच शिवाय मनानेही खंबीर होती, धीट होती. लहान असताना भातुकलीच्या खेळात रमण्यापेक्षा तिला मुलांबरोबर गोट्या खेळणे जास्त आवडे. गोट्या, कबड्डी, विट्टीदांडू हे तिचे आवडीचे खेळ होते. धीट स्वभावामुळे मुलांबरोबर खेळताना ती अनेकदा मारामारीही करत असे. एकदा तर तिने तिची चेष्टा करणाऱ्या मुलाच्या सायकलचे हँडल असे घट्ट पकडून ठेवले होते की, शेवटी रडकुंडीस येऊन त्याने तिची क्षमा मागितली होती.

शिरीषच्या या स्वभावाचे दादांना कौतुकही वाटे अन् काळजीही. ते तिला म्हणत, “शिरीष, तुझ्यामधल्या या गुणांचं चीज झालं पाहिजे. पण आपल्या संस्कृतीप्रमाणे स्त्रीकडून अशा गोष्टींची अपेक्षा केली जात नाही. तुझे गुण ओळखणारा पती तुला मिळाला तर ठीक, नाहीतर तुझं कसं होणार ते एक परमेश्वरच जाणो!”

शिरीषची आई त्यावर सुस्कारा सोडत म्हणे, “जो-तो आपलं भाग्य घेऊन जन्माला येतो. आपण तिला वाढवताना योग्य संस्कार

केले आहेत. भाग्य बदलणं आपल्या हातात नाही.'' शिरीषला आईवडिलांच्या बोलण्याचे आश्चर्य वाटे. उगाचच एखाद्या क्षुल्लक गोष्टीचा काय बाऊ करायचा, असे तिच्या मनात येई.

कॉलेजमध्ये गेल्यावरही शिरीषने तिच्या स्वभावानुसार एनसीसीमध्ये भाग घेतला. व्हॉलिबॉल, थ्रोबॉल हे तिच्या आवडीचे खेळ होते. त्यांत तिने बक्षिसेही मिळवली. आपल्या बक्षिसाच्या पैशातून तिने आईसाठी एक साडीही घेतली. शिरीषच्या मनातल्या प्रेमाचा झरा असा अचानक कधीतरी प्रगट होई.

शिरीषची मोठी बहीण रेखाही त्याच कॉलेजमध्ये होती. रेखा अतिशय सरळ अन् लाजरी; त्यामुळे रेखाला कॉलेजमध्ये शिरीषचा आधारच वाटला. रेखाला आपला आधार वाटतो, हे जाणून शिरीषची मान स्वाभिमानाने अधिकच उंचावे. कधी कधी शिरीषच्या मैत्रिणी तिला तिच्या वेगळ्या नावावरूनच चिडवत. ''असं कसं गं तुझं नाव? शिरीष नाव तर मुलांमध्ये असतं!'' शिरीषच्या मैत्रिणी म्हणत.

शिरीषचं उत्तर असे, ''म्हणून तर मला माझं नाव जास्त आवडतं, बरं का! शिरीष हे फूल अतिशय नाजूक व सुंदर असतं; पण मी त्या फुलासारखी नसले तरी शिरीषच्या झाडासारखी खंबीर मात्र आहे.'' शिरीष असं म्हणाली असली, तरी तिची उंची, चेहऱ्यावरचा आत्मविश्वास व धीटपणा यामुळे तिची समोरच्या माणसावर छाप पडत असे. साहजिकच एका साधारण ओळख असलेल्या श्रीमंत घरातून तिला मागणी आली.

श्रीकांतने शिरीषला पाहिले आणि त्याला ती आवडली. शिरीषच्या आई-वडिलांनाही लग्न न ठरविण्यासारखे किंवा नाकारण्यासारखे त्याच्यात काहीच नव्हते. श्रीकांत श्रीमंत व सुशिक्षित होता. शिरीषच्या आईवडिलांनी तिचे लग्न आनंदाने करून दिले. लग्न झाल्यानंतर थोड्याच दिवसांत शिरीषच्या लक्षात आले की, या श्रीमंत घरात आपण फक्त एक शोभेची बाहुली आहोत. घरामध्येच दिवसभर आरामात स्वस्थ बसून राहणे शिरीषच्या स्वभावात नव्हते. बायकांनी व्यवसायात डोके घातलेले श्रीकांतला चालणार नव्हते.

''श्री, माझी हुशारी मला वाया घालवायची नाही. मला काही काम करू दे.'' शिरीषने श्रीकांतच्या मागे भुणभुण लावली.

''तुला काही करायची जरूर नाही. घर सांभाळ; तेवढं पुरे आहे.'' श्रीकांतने बजावले. ''बायकांनी मध्ये-मध्ये केलेले मला चालणार नाही व बाबांनाही चालणार नाही.'' श्रीकांतने पुढे सांगितले.

"घरात सासूबाईंपुढे मला काही बोलता येत नाही. सर्व काही त्यांच्याच मर्जीने चालते अन् फक्त कुणाच्या तरी आज्ञेत राहणे मला जमणार नाही." शिरीषने स्पष्ट केले.

"आजवर आई म्हणेल तेच झालं आहे या घरात. तुलाही तसंच राहावं लागेल." श्रीकांतने धमकीवजा सुरात म्हटलं.

"आजपर्यंत मीसुद्धा कुणाच्या तालावर नाचले नाही. मी नेहमी माझ्या बुद्धीला जे पटलं तशीच वागत आले." शिरीषने ठणकावले. तिचा थोडासा उद्धट स्वर श्रीकांतला खटकलाच.

शिरीषने घरात चिडचिड करायला सुरुवात केली. सासूच्या बोलण्याकडे, सांगण्याकडे दुर्लक्ष करून ती वागू लागली.

एके दिवशी शिरीषच्या सासूने शिरीषच्या वडिलांकडे तक्रार केली, "तुमची शिरीष फार उद्धट आहे." शिरीषचे बाबा गप्प बसले. ते शिरीषचा स्वभाव ओळखून होते.

हळूहळू शिरीष व श्रीकांतमधली नात्याची दरी रुंदावत गेली. शिरीषने श्रीकांतकडे जवळजवळ दुर्लक्ष करण्यास सुरुवात केली. श्रीकांतमधील नवरा जागा झाला होता. त्याने शिरीषवर हुकमत गाजविण्याचा प्रयत्न केला; अर्थातच तो शिरीषने धुडकावला. घरामधली ही घुसमट शिरीषला सहन होईना. घराबाहेर पडून काही काम करणेही तिला घरातल्या माणसांमुळे शक्य नव्हते. शिरीषला काय कमी पडते म्हणून ही अशी वागते असा प्रश्न श्रीकांतला व त्याच्या आईला पडू लागला. अखेर ती उद्धट व उर्मट आहे, बेजबाबदार आहे, तुला ती योग्यच नाही, असे श्रीकांतच्या आईने श्रीकांतच्या मनावर ठसविण्यास सुरुवात केली. घरातल्या या वादळाची पूर्वसूचना शिरीषला लागलीच. ही माणसे पैशापुढे व्यक्तीला तुच्छ समजतात. अशा घरात राहणे आता अशक्य आहे हे शिरीषने जाणले.

"आई, मी आता त्या घरात राहू शकत नाही." शिरीषने एके दिवशी आईला सांगितले.

"बाळा, थोडी तडजोड कर. स्त्रियांना असं सटकफटक वागून चालत नाही. थोडं नमतं घे. थोडी पड खा. त्यातच तुझं हित आहे." आईने समजावण्याचा व्यर्थ प्रयत्न केला.

"आई, तिथे माझ्या मनाची घुसमट होते. आता आणखीन् जास्त दिवस सहन करणे मला शक्य नाही. मी ते घर सोडणार!" शिरीषने फटकळपणे

म्हटले.

"घर सोडणं इतकं सोपं वाटतं का तुला? समाजाचा घटस्फोटित स्त्रीकडे पाहण्याचा दृष्टिकोन अजूनही बदललेला नाही." आई म्हणाली.

"कोणत्या युगात राहतेस तू आई? मुली आता एकेकट्या राहतात, शिकतात, नोकरी करतात— अगदी परदेशातही एकट्या जातात व राहतात. मीसुद्धा शिकले आहे. नोकरी करीन. माझा भार तुमच्यावर पडणार नाही." शिरीष निर्वाणीच्या सुरात म्हणाली.

"युग कोणतंही असो; स्त्री ही स्त्रीच असते— मग ती परदेशातली असो की, भारतातली. एकट्या स्त्रीला जगणं फार अवघड असतं. तुला वाटतं तेवढं सोपं नाही ते. समाज चारी बाजूंनी तुला टोकेल. स्त्री शिकली व एकटी राहते, म्हणजे तिला सुरक्षितता मिळाली, असा अर्थ होत नाही. शिवाय बाहेरच्या जगातही तुला तडजोड करावीच लागेल; मग ती घरातल्या माणसांबरोबर केलीस तर कुठे बिघडलं?" आईने तिच्या परीने समजावण्याचा प्रयत्न केला खरा, पण तिच्या सुरात हताशपणा उमटू लागला होता. परिस्थिती हाताबाहेर गेली आहे व शिरीषसारखी मुलगी गरीबपणे एखाद्या घरात राहू शकणार नाही, हे तिला दिसत होते.

"आई, तडजोड कुठे आणि कशी करू? मुळात आमचे स्वभावच भिन्न आहेत, विचार भिन्न आहेत." शिरीष म्हणाली.

"अगं, आता तुला जो समाजात मान आहे, तो नंतर मिळणार नाही. पुरुषच नव्हे, तर बायकाही तुझ्याकडे पाहताना वेगळ्या नजरेने पाहतील." आई अगतिकतेने म्हणाली.

"मी इतरांची कधीच पर्वा केली नाही; मग आता का करू?" शिरीष म्हणाली.

आईच्या आग्रहामुळे शिरीष काही दिवस गप्प बसली खरी; पण एक दिवस तिच्या लक्षात आले की श्रीकांतचे त्याच्या कॉलेजमधील पूर्वाश्रमीच्या एका मैत्रिणीशी सूत जुळले होते. श्रीकांतने शिरीषकडे उघडउघड दुर्लक्ष करण्यास सुरुवात केली. अशा तऱ्हेचा अपमान सहन करून राहणे शिरीषला शक्यच नव्हते. शिरीषने एके दिवशी आपली बॅग उचलली अन् घराबाहेर पाऊल टाकले. हे एक ना एक दिवस होणारच होते. घटस्फोट मिळेपर्यंत ती आईवडिलांकडे राहिली. पण मग मात्र नोकरीसाठी तिने दूरच राहणे पसंत केले. नसतो एखादीच्या नशिबात संसार म्हणून काय रडत बसायचे का? असे तिचे तत्त्वज्ञान होते. शिरीषला संसाराची आवडच नव्हती असे नाही; पण मन मारून संसार करणे

तिला जमले नाही, एवढेच.

समाजात एकटीने राहताना येणाऱ्या सर्व अडचणींना शिरीष मोठ्या हिमतीने तोंड देऊ लागली. आपण लष्करात गेलो असतो, तर तिथली लढाई या प्रत्यक्ष जीवनातल्या आपल्याच नातेवाइकांशी होणाऱ्या अप्रत्यक्ष व छुप्या लढाई-पेक्षा जास्त सोपी होती, असे शिरीषला वाटू लागले. घटस्फोट होण्यामुळे तिचे वडील व बहीणही तिच्यापासून दुरावले. आई मात्र लेकीच्या काळजीने तिच्याकडे कधीतरी ये-जा करीत असे. आपल्यामुळे त्यांना मनस्ताप होतो हे शिरीषला आवडत नव्हते; पण तिचा नाइलाज होता.

शिरीषच्या आईला वाटे— देवा, पुरुषासारखंच ही जगणार होती, तर तिला स्त्रीचा जन्म तरी का दिलास? माणसाने केलेली चूक निस्तरता येते; पण देवच चुकला, तर ती चूक कोण निस्तरणार? शिरीष मुलगा म्हणून जन्माला येती, तर तिचे आता वाटणारे अवगुण हे गुणच ठरले असते की! खरंतर शिरीषचे गुण हे व्यवहारात व बाहेरच्या जगात उपयोगी आहेत. पण घरातही तसंच वागणं बरोबर नाही. घरात वागताना स्त्रीने नेहमी घर कसं नीट, एकसंध राहील, हेच पाहिलं पाहिजे. शेवटी ज्याचं-त्याचं नशीब, असं आई म्हणे. अर्थातच शिरीषला असं मुळीच वाटत नव्हतं अन् नशिबावर हवाला ठेवून जगणारी तर ती मुळीच नव्हती.

काही दिवस गेल्यानंतर शिरीषच्या आईबाबांनी तिच्यामागे 'पुन्हा लग्न कर', असा लकडा लावला. शिरीषला हे तर मुळीच मान्य नव्हते. पण जसजसे वय वाढू लागले तसतसे शिरीषला वाटू लागले की, खरंच आपण अगदी एकट्या आहोत. श्रीकांत दुसरं लग्न करून मोकळा झाला. त्याला एक मुलगाही आहे. आपणसुद्धा एखादं मूल दत्तक घेतलं, तर काय हरकत आहे?

शिरीषने आईजवळ हा विषय काढताच आई भडकून म्हणाली, "जेव्हा संसारात तडजोड कर म्हणत होतो, तेव्हा केली नाहीस. स्वत:लाही सुख लागून घेतलं नाहीस अन् आम्हालाही मिळू दिलं नाहीस. मी म्हणते ते ऐक, अजूनही वेळ गेलेली नाही— लग्न कर. एखादे घर उभे करणे, ही सर्वांत अवघड गोष्ट आहे. तू लग्न होऊन स्वत:च्या घरी गेलेली व सुखी झालेली पाहिली की डोळे मिटायला तयार होऊ आम्ही."

"आई, आता लग्नाचा आग्रह करू नकोस. त्या गोष्टीला मन विटलंय माझं. हं, पण एखाद्या पोरक्या पोराची आई होणं आवडेल मला." शिरीष शांतपणे म्हणाली.

"वेडी का काय तू? एखाद्या मुलाला सांभाळणं म्हणजे सोपी गोष्ट आहे का? तुला वाटतंय तेवढं सोपं अन् सहज काम नाही ते. त्या मुलासाठीसुद्धा तुला तुझा वेळ द्यावा लागेल. नोकरीत तडजोड करावी लागेल. अन् असं दुसऱ्याचं मूल दत्तक घेण्यापेक्षा लग्न का नाही करत, तेच कळत नाही मला?" आई म्हणाली.

आईला समजवण्यात फारसा अर्थ नाही हे जाणून शिरीषने स्वत:च एक-दोन अनाथ बालगृहांना भेटी दिल्या. तिथल्या मुलांची चौकशी केली. दत्तक घेताना कोणते नियम असतात त्याचीही चौकशी केली अन् मग एक दोन वर्षांचे मूल दत्तक घेण्याचे निश्चित केले. त्या मुलाच्या डोळ्यांतील पोरकेपणाची भावना तिच्या काळजाला भिडली अन् तिने ठरविले की, हेच मूल दत्तक घ्यायचे.

ठरलेल्या दिवशी आईला बरोबर घेऊन शिरीष अनाथगृहात गेली. केवळ नाराजीनेच बरोबर आलेल्या आईला घेऊन शिरीषने ते दोन वर्षांचे मूल आईला दाखविले व तिथे दिलेल्या कागदपत्रांवर सही करण्यासाठी ती ऑफिसमध्ये गेली. समोर ठेवलेल्या कागदपत्रांवरून नजर टाकता-टाकता शिरीषच्या मनात आले की, आता ही जबाबदारी आपण घेत आहोत; पण खरंच हा निर्णय घेताना आपण पूर्ण विचार केला आहे का? की केवळ आवेगाच्या भरात व भावनेच्या भरात हा निर्णय घेतला आहे? आई म्हणते त्याप्रमाणे एखादं मूल वाढविणे, हे अवघड आहे का? त्याच्यासाठी आपल्याला किती तडजोडी कराव्या लागतील? अगदी आपल्या स्वभावालाही मुरड घालावी लागेल, जी आपण आजवर कधीच घातली नाही.

हताश होऊन शिरीषने कागदपत्रे बाजूला टाकली व गोंधळलेल्या आईचा हात धरून ती ऑफिसबाहेर आली. तिच्या या कृतीने आश्चर्यचकित होत आई म्हणाली, "अगं, असं अचानक काय झालं तुला? मला असं बाहेर घेऊन का आलीस?"

आईच्या खांद्यावर डोकं ठेवून रडतच शिरीष म्हणाली, "आई, हरले गं मी आज. नाही मी ते मूल दत्तक घेऊ शकणार. माझ्या स्वभावात तडजोड करणं नाहीच का? मी ते मूल नीट नाही संभाळू शकले तर एका जीवाचं नुकसान करणं मला जमणार नाही. आई, मी हेकट व हट्टी असेन, पण वाईट तर नक्कीच नाही ना? आई, जीवनाची लढाई मी हरले का गं? तुमची ही शूर मुलगी आयुष्यात काहीच मिळवू शकली नाही ना?"

मुलीच्या असहाय, केविलवाण्या चेहऱ्यावरून हात फिरवून शिरीषच्या

आईने तिला थोपटले, "रडू नकोस अशी. पूस बरं ते डोळे. आता निर्णय होत नाही ना तुझा? मग राहू देत. पुन्हा शांतपणे विचार कर. पुन्हा येऊ आपण. आपलं काहीतरी चुकतंय्, असं वाटतंय् ना तुला; मग निश्चितच योग्य मार्ग सापडेल तुला. हे बघ, प्रत्येक माणसातच गुण-दोष असतात. आपल्या दोषांना ओळखून त्यांचा योग्य उपयोग करून घेता आला पाहिजे. तू हट्टी आहेस; पण नको तेवढी सरळ स्वभावाचीही आहेस. तुझं चुकलं म्हणून तुला सोडून नाही ना दिली आम्ही? आयुष्य हे असंच चढउताराचं असतं. आपली माणसं आपल्याबरोबर असली की, तो चढउतारही सुखाचा होतो बघ. अजून वेळ गेलेली नाही. तुम्हा शिकलेल्या मुलींचं हेच होतं बघ. आपला मार्ग निश्चित करणंही तुम्हाला जमत नाही. बुद्धी वेगळ्या दिशेला धावते अन् मन वेगळ्या दिशेला. जाऊ दे, शांत हो आता. पुन्हा विचार करू आपण."

रडल्यामुळे शिरीषचं मन जरा मोकळं झालं होतं. डोक्यावर ओझं घेतलेल्या वर्षानुवर्षांच्या अनेक भावभावनांचा निचरा झाला होता. एखाद्या अंधाऱ्या गुहेतून जाताना प्रकाशाचा किरण येताना पाहिल्यावर जसं वाटेल, तसं तिला वाटलं. आईचा हात धरून ती निश्चिंतपणे रस्ता चालू लागली. कदाचित् तिलाही तिचा योग्य मार्ग मिळेल.

❏❏

''अजो नित्यः शाश्वतोऽयं पुराणो
न हन्यते हन्यमाने शरीरे ।।''

''आत्मा हा जन्मरहित, नित्य, शाश्वत पुराणपुरुष आहे. देहाचा नाश झाला तरी आत्मा नाश पावत नाही.'' गीतेतील या श्लोकाचे निरूपण करीत स्वामीजी आपल्या रसाळ वाणीने त्याचा अर्थ उलगडून सांगू लागले; पण आज कमलाबाईंच्या कानांवर ते शब्द नुसतेच पडत होते. स्वामीजी काय सांगत आहेत हे नीट लक्ष देऊन ऐकण्याऐवजी आज त्यांचे मन त्याला प्रत्युत्तर करत होते. आत्मा अविनाशी आहे, देह विनाशी. पण हा देहच खरा म्हणायला हवा. या देहाने भोगलेली सुख-दुःखं— तीही खरीच असतात. त्यांना नाही ना खोटं ठरविता येत? या देहात एक संवेदनशील मनही आहे, स्वामीजी. हे मन छोट्याशा तिरक्या बोलण्यानेही खूप जखमी होतं. नुसतं जखमीच होत नाही, तर ती जखम जन्मभर उराशी बाळगतं. बायकांची ही असली सुख-दुःखं कशी स्पष्ट करून सांगणार? ती भोगावीच लागतात प्रत्यक्ष अन् त्यासाठी जन्मही स्त्रीचाच घ्यावा लागतो.

कमलाबाईंनी सुस्कारा टाकला. मनाला दाबलं अन् त्या पुन्हा प्रवचनाकडे लक्ष देऊ लागल्या. पण आज मन मोठं ओढाळ झालं होतं. ते पुनःपुन्हा भूतकाळात जात होतं. कमलाबाईंनी मनावर ताबा ठेवण्याचा खूप प्रयत्न केला. त्यांच्या हातातली जपाची माळ भराभर वरखाली होऊ लागली. कमलाबाईंची मैत्रीण वीणाबाईंनी हे पाहिलं अन् त्यांच्या लक्षात आलं की आज कमलाचं चित्त काही स्थिर नाही.

कसंबसं प्रवचन संपलं अन् गुडघ्यावर हात टेकत कमलाबाई उठून मठातल्या आपल्या खोलीकडे चालू लागल्या.

''अगं कमला, थांब. मी पण येतेय ना!'' वीणाबाई म्हणाल्या.

''तू ये गं, मला आज जरा बरं वाटत नाही. मी आपली खोलीवर जाऊन पडते.'' कमलाबाई तुटकपणे म्हणाल्या अन् चालू लागल्या.

''काय झालं? डोक दुखतंय का? औषध घे, म्हणजे बरं वाटेल.'' वीणाबाई चिवटपणे म्हणाल्या.

''तू जा गं. घेईन मी औषध. अन् एवढ्यातेवढ्यासाठी कशाला हवंय औषध? थोडा वेळ पडलं की बरं वाटेल मला. हार गुंफायची

वेळ झाली की बोलव मला.'' कमलाबाई म्हणाल्या.

"बरं बाई. तू थोडीच ऐकणार आहेस? म्हातारं झालं म्हणून स्वभाव बदलतो का? हट्टीपणा काही जात नाही तुझा. मनातल्या मनात कुढत बसशील, पण सांगणार नाहीस काही. ठीक आहे. मी कोण लागते तुझी?'' वीणाबाई म्हणाल्या अन् तट्कन वळल्या.

वीणाबाईंना दुखवायचं कमलाताईंच्या अगदी जिवावर आलं होतं; पण त्यांचाही आज नाइलाज झाला होता. मन इतकं त्रस्त झालं होतं की, कुणाचाच सहवास नकोसा वाटत होता. 'रागवू नकोस', असं पुटपुटत त्या खोलीवर आल्या अन् सतरंजी टाकून कलंडल्या. डोक्याला बाम चोळला. त्या वासाने त्यांना जरा बरं वाटलं. मठातला हा एकांत त्यांना आवडायचा. मुळात धार्मिक वृत्तीच्या असल्याने जपतप, प्रवचन व एकांतातलं चिंतन त्यांना प्रिय होतं. आज जप-तप, प्रवचनात लक्ष लागत नव्हतं; पण एकांतात जरा बरं वाटलं. मग कमलाबाईंना वाटलं, उगाच दुखावलं वीणाला. थोडं बोललो असतो तिच्याशी, तर बरं झालं असतं. पण आज वयाला ७५ वर्षं झाली तरी मनातल्या मनात दुःख उगाळत बसायची सवय जात नाही आपली. कमलाबाईंनी डोळे मिटून घेतले अन् त्या झोपण्याचा प्रयत्न करू लागल्या.

●

डोळ्यांपुढे एक रंगीबेरंगी, फुला-फुलांची साडी नेसलेली १४ वर्षांची तरुणी हसत उभी होती. कमलाबाईंनी लक्षपूर्वक तिच्याकडे पाहिलं. अरे, कोण ही? ओळखू येत नाही. थोडं नीट पाहिल्यावर त्यांच्या लक्षात आलं— ही तर आपलीच छबी! किती वर्षं गेली! अगदी तरुण होते मी. हसरी, प्रसन्न. आता कुठे गेले ते रूप? किती स्वप्नं पाहिली होती. लग्नाची, संसाराची. झालं, लग्नही झालं. पण एका बिजवराशी. गडगंज श्रीमंत जमीनदाराशी. पैशाला कधीच कमी पडलं नाही. पण बिजवराशी लग्न झालं, ही जखम जन्मभर ठुसठुसत राहिली.

आईवडील म्हणाले, "स्थळ चांगलं आहे कमल. पुन्हा असं मिळणार नाही. बिजवर असला तरी पोरबाळ नाही. पहिली बायको लग्न झाल्यानंतर सहा महिन्यांतच साथीच्या आजाराने गेली. तुला पसंत केलं आहे त्यांनी. हुंडाही घेत नाहीयेत. यापेक्षा काय हवं आणखी?'' कमलने मुकाट्याने होकाराची मान हलवली.

"केवढा मोठा चौसोपी वाडा हा!" कमल मनातल्या मनात म्हणाली. दबकतच उंबरठा ओलांडणारी कमल काही दिवसांतच रमली त्या घरात. अंगावर एकदमच इतकी मोठी जबाबदारी पडली की काही विचार करत बसायला सवडच राहिली नाही. थोरल्या मालकीणबाई झाली होती ती. श्रीधरराव इनामदार कडक होते, पण कमलशी नीट वागत होते. अर्थात, कमलला त्यांच्या धाकातच राहावं लागत होतं.

"कुणी केली ही फोडणीची पोळी?" इनामदारांचा रागीट आवाज वाड्यात घुमला अन् केवढ्यांदा दचकली कमल! खूप आवडायची तिला फोडणीची पोळी, म्हणून मुद्दाम केली होती तिने. आज खूप दिवसांनी खावीशी वाटत होती. एरवी आदल्या दिवशीचं अन्न वाड्यातल्या गडीमाणसांनाच वाटलं जायचं. आज तिने मुद्दामच दोन पोळ्या राखून ठेवून फोडणीची पोळी केली होती. इनामदार घरात आले अन् त्यांनी पोळीचं पातेलं घेऊन अंगणात फेकून दिलं. पुन्हा त्या घरात फोडणीची पोळी झाली नव्हती. का एवढा राग होता, कुणास ठाऊक? गडीमाणसं चूपचाप झाली होती. कुणाचीही एक शब्द बोलायची हिंमत झाली नाही त्या दिवशी. कमलला मात्र कितीतरी वर्षं ही आठवण छळत होती.

अशा किती छोट्या-छोट्या आनंदाला मुकलो आपण. कधी केला हा हिशेब? कमलाबाईंनी स्वत:शीच मान हलवली. गाणं म्हणायला किती आवडायचं आपल्याला, पण एक ओळ गुणगुणू दिली नाही कधी... कमलाबाई सुस्कारत स्वत:शीच म्हणाल्या, जाऊ देत. किती कडू आठवणी असल्या, तरी काही सुखद आठवणीही आहेतच की. दोन मुलं माझी— सुधीर आणि सुशांत, शिवाय एक गोंडस मुलगी सुमन. नावाप्राणेच फुलासारखी सुंदर. मुलांवर प्रेम केलं इनामदारांनी, पण तेही त्यांच्या शिस्तीतच. अर्थात, काळही तसाच होता तो. काळ बदलत चालला तसे आपण बदललो; इनामदार नाही बदलले कधी. तसेच हट्टी, ताठ राहिले शेवटपर्यंत. मुलांशीही वागताना ताठपणा, त्यांच्यात मध्यस्थी करताकरता किती थकलो आपण. कमलाबाईंनी डोळ्यांशी आलेलं पाणी पुसलं.

"कमल, कमल— उठतेस का? हार गुंफायचा बघ. फुलं आणलीत मी." वीणाबाई म्हणाल्या.

कमलाबाईंनी डोळे उघडले. भूतकाळात रमलेलं त्यांचं मन ती फुलांची परडी पाहून पुन्हा वर्तमानकाळात आलं.

"आता बरी आहेस ना?" वीणाबाई म्हणाल्या.

“अगं, किती काळजी करतेस? बरी आहे मी.” कमलाबाई हसून म्हणाल्या. मघाशी आलेलं मनावरचं मळभ आता दूर झालं होतं.

फुलांचे हार गुंफतागुंफता दोघी मैत्रिणींच्या गप्पा सुरू झाल्या. “किती वर्षं येत आहोत ना मठात?” वीणा म्हणाली.

“हो ना. बारा वर्षं झाली बघ! आमचे ‘हे’ होते तेव्हा त्यांना आवडत नव्हतं फारसं, पण माझी इच्छा पाहून परवानगी दिली त्यांनी.” कमलाबाई म्हणाल्या.

“फारच तापट होते इनामदार, पण दानीही तेवढेच. त्यांनीही मठाला देणगी दिली.” वीणाबाई म्हणाल्या.

“हो! शेवटीशेवटी निवळले जरा. मुलंही मोठी झाली. शेती, दुकान पाहू लागली; मग त्यांचे विचार वेगळे आहेत हे लक्षात आल्यावर जरा बदलले. पण पूर्ण नाही हं. दानधर्म करायला आवडू लागलं होतं शेवटी.” कमलाबाई म्हणाल्या.

“मठात आल्यावर मन कसं प्रसन्न होतं, नाही का गं?” वीणाबाई म्हणाल्या.

“हो तर! म्हणूनच मठात यायचे मी. पण तुझा स्वभावच मुळात आनंदी आहे बघ. मी मात्र प्रत्येक गोष्टीवर फार विचार करते. आपले गुरू एकच होते, त्यामुळे दर गुरुपौर्णिमेच्या उत्सवाला महिनाभर मठात राहून सेवा करायची ठरवली आपण दोघींनी. तू कशी पट्कन रमतेस इथे, पण मी मात्र घरातल्या काळज्या इथे घेऊन येते बघ.” कमलाबाई म्हणाल्या.

“आता म्हातारपणी कसल्या काळज्या करतेस? जो तो करील आपापली काळजी!” वीणाबाई फट्कन म्हणाल्या.

“हो गं! खरंय अगदी तुझं. पण सगळी जबाबदारी स्वत:वरच घ्यायची सवय लागलीय ना मला; त्याचं काय?” कमलाबाई हसून म्हणाल्या.

“चल, पट्कन आवर आता. आरतीची वेळ झालीय्.” असं म्हणत कमलाबाईंनी विषय बदलला.

“सुखकर्ता दु:खहर्ता वार्ता विघ्नाची...” झांज, टाळ्यांच्या आवाजात मंदिरातल्या सभामंडपात आरती सुरू झाली अन् कमलाबाईंना सुमनविना साजरा केलेला गणेशोत्सव आठवला.

•

“कार्टीनं नाक कापलं माझं. मला न जुमानता घरातून निघून गेली.”

इनामदारांचा चेहरा रागाने लाल झाला होता. कमलाबाई मात्र शांत होत्या. ''तुमचीच फूस असणार तिला, त्याशिवाय एवढी हिंमत कशी आली तिच्यात?'' इनामदार कमलाबाईंवर ओरडत होते.

कमलाबाई कधी नव्हे त्या खंबीर झाल्या होत्या. ''हे बघा, शिक्षणासाठीच गेलीय् ती शहरात. कुणाबरोबर पळून नाही गेलीय्. मुलींनीही शिक्षण घ्यायला हवंय आता. काळाची गरज आहे ती. आपल्या वेळी चालत होतं अडाणी राहिलेलं. आता ज्यालात्याला आपल्या पायावर उभा राहता आलं पाहिजे.'' कमलाबाईंनी समजावलं.

''लग्न कधी करणार मग? वय उलटून जातंय ना तोवर!'' इनामदार म्हणाले.

''काही वय उलटत नाही. अन् शिक्षण झाल्यावर लग्न करता येईलच. उलट, चांगला नवरा मिळेल तिला. आता स्वतःच्या पायावर उभं राहून शिक्षण करीन म्हणतेय ती. उलट, तिला मदत करा, पैसे पाठवा. शिक्षण संपलं की लग्न करू धुमधडाक्यात.'' कमलाबाई म्हणाल्या.

शिक्षणासाठी म्हणून पोर घरातून हट्टाने गेली, म्हणून काळजी लागली होती त्यांनाही; पण दोन्ही मुलांनी आईला धीर दिला होता.

''आई, काळजी करू नकोस. सुमनवर लक्ष ठेवू आम्ही. तिला लागेल ती मदत करू. तू फक्त बाबांना समजावून सांग.'' सुधीर म्हणाला होता.

घरात इनामदारांच्या मनाविरुद्ध प्रथमच घडलं होतं. पण काही दिवसांनी मात्र त्यांनी मुलीच्या प्रेमापोटी माघार घेतली. सुमनने पदवी घेतली अन् मग तिचं लग्न शहरातल्या एका उच्चशिक्षित मुलाबरोबर झालं. इनामदार जावयावर खूष होते. लवकरच सुमनला एक कन्यारत्न झाले, त्यामुळे आनंदात अधिकच भर पडली. पण सुमनच्या दैवी मात्र वैधव्य लवकर आलं. त्या वेळी तिला तिच्या शिक्षणाने हात दिला अन् मुलीची व घरची जबाबदारी ती समर्थपणे सांभाळू शकली. कमलच्या धोरणीपणाचं अन् व्यवहारकौशल्याचं कौतुक इनामदारांनी प्रथमच केलं. कमलने पाठिंबा दिला म्हणून सुमन शिकली आणि आज स्वतःच्या पायावर उभी आहे याचा त्यांना आनंद झाला होता.

•

आरती संपली. आरतीचं ताट फिरत-फिरत समोर आलं अन् कमलाबाईंचं मन भूतकाळातून वर्तमानात आलं. आरतीच्या ज्योतीवरून हात फिरवून त्यांनी

तोच हात डोळ्यांवर, चेहऱ्यावर फिरवला. ज्योतीच्या प्रकाशाच्या उबदारपणाने अन् कापराच्या वासाने कमलाबाईंचं मन जरा शांत झालं. त्यांनी ठरवलं की आता भूतकाळातली सुखदु:खं उकरून त्यांचं चर्वितचर्वण करीत बसायचं नाही. आजवर ज्या घडामोडी आपल्या आयुष्यात घडल्या, त्या काही आपण बदलू शकत नव्हतो. त्या त्या प्रसंगाला खंबीरपणे तोंड देणे, एवढेच आपल्या हाती होते अन् ते आपण केलं. तसं करताना आपलं भावुक मन मात्र खूप दडपलं गेलं. मनाचा विचार करायला वेळच नव्हता आपल्यापाशी. आता तसं नाहीय. जबाबदाऱ्या पार पडल्या आहेत. मठात निवांतपणा आहे. गाणं म्हणायला आवडत होतं, ते तरुणपणी जमलं नाही; पण आता म्हातारपणी भजन म्हणतानाच त्या गाण्याची हौस भागवून घेऊ. अर्थात, ही सर्व तडजोडच. पण तडजोडी करतच आयुष्य पार पडतं ना! त्यातच शहाणपणा असं म्हणायचं अन् मग आला दिवस सुखाने घालवायचा. आता परिस्थितीविरुद्ध, माणसांविरुद्ध झुंजायचं बळ शरीरात नाही अन् मनातही नाही.

कमलाबाईंनी मनाला समजावलं अन् त्या मठातल्या दिनक्रमात पुन्हा आनंद घेऊ लागल्या. ''वीणा, तू मला हट्टी म्हणतेस ना? पण खरं सांग, स्त्रियांनी हट्ट केला व तो हट्ट पुरवला गेला, असं किती वेळा घडतं; सांग बरं?'' कमलाबाई म्हणाल्या.

''खरंय् गं तुझं. आपल्या वेळी स्त्रियांना नव्हतंच फारसं विचारत कुणी. त्या हट्ट तरी कधी करणार? पण तुला सांगते कमल, वरकरणी जरी तू शांत दिसत असतेस ना, तरी आपल्या विचारांवर ठाम असतेस तू. म्हणून तुला हट्टी म्हटलं मी.'' वीणाबाई म्हणाल्या.

तिच्या या वक्तव्यावर दोघीही हसल्या अन् आपापल्या कामाला लागल्या. मठातले दिवस आता संपत आले होते. कमलाबाईंना घरी जाण्याची ओढ लागली. सुधीर आणि सुशांत कसे असतील? त्यांचा व्यवसाय, त्यांची धावपळ आठवू लागली. नातवंडांचे चेहरे डोळ्यांसमोर येऊ लागले. अन् एक दिवस अचानक दुपारी कमलाबाई आपल्या खोलीत विश्रांती घेत असताना दारावर टक्टक् ऐकू आली. आता या वेळी कोण आलं? मठातलेच असतील कोणी तरी सेवेकरी, असं वाटून कमालबाईंनी पडल्या पडल्याच म्हटलं, ''दार उघडं आहे, कोण आहे?''

दार किलकिलं करून एक ओळखीचा चेहरा आत डोकावला, तसं कमलाबाईंना आश्चर्याचा धक्का बसला. ''अगं सुनेत्रा, तू? आत्ता इथं कशी?''

त्यांनी विचारलं.

सुनेत्रा— सुमनची मुलगी, म्हणजेच कमलाबाईंची नात होती. सुनेत्रा खोलीत आली आणि आजीच्या खांद्यावर आपलं डोकं प्रेमाने घुसळत म्हणाली, "आजी, मुद्दामच आलेय मी आज. तुझीच खूप गरज आहे मला."

"म्हणजे?" काही न समजून कमलाबाई म्हणाल्या अन् प्रथमच त्यांच्या लक्षात आलं की सुनेत्राच्या गळ्यात मंगळसूत्र आहे. म्हणजे पोरीने लग्न केलं की काय? त्याचं मन चरकलं. सुनेत्राला समोर बसवत त्या म्हणाल्या. "नीट सांग सगळं; अन् हे मंगळसूत्र कसं काय गळ्यात?"

"आजी, लग्न करून आलेय मी आत्ताच. तुझा आशीर्वाद प्रथम घ्यायचा, म्हणून तुझ्याकडे आले मी." सुनेत्रा म्हणाली.

"लग्न? कोणाशी केलंस बाई? अन् माझ्याकडे प्रथम आलीस, म्हणजे घरी कोणाला माहीत नाही असं दिसतंय! सुमनला काही सांगितलंय का नाही?" कमलाबाईंना एकावर एक धक्के बसत होते.

"आजी, घरात कुणालाही न सांगता, न कळवता, लग्न केलंय मी नरेंद्रशी. घरातून मला कुणी परवानगी दिलीच नसती. नरेंद्र आपल्या जातीतला नाहीये. अन् माझे आजीआजोबा किती परंपरावादी आहेत, हे माहीतच आहे तुला. आईचं त्यांच्यापुढे काही चाललं नसतं, म्हणून मी कुणालाच सांगितलं नाही. आता मुद्दामच तुझ्याकडे आलेय. तू मला समजून घेशील याची खात्री आहे मला." सुनेत्रा म्हणाली.

कमलाबाईंच्या काळजात धस्स झाले. "अगं, कोण नरेंद्र? किती शिकलाय तो? तुमची ओळख कधीची? मला सांग बाई सारं—" कमलाबाई म्हणाल्या.

"आजी, नरेंद्र माझ्या वर्गातलाच आहे. आम्ही दोघांनी बरोबरीनेच एम. एस्सी. केलं. खूप चांगला आहे तो. त्याला एका चांगल्या कंपनीत नोकरीही आहे. फक्त आपल्या जातीतला नाही एवढीच अडचण आहे. आईशी मी एकदा या विषयावर बोलण्याचा प्रयत्न केला, पण बाबांच्या माघारी मला वाढवताना व आजी-आजोबांना सांभाळताना तिला किती प्रकारे कसरत करावी लागलीय्, हे माहीत आहे मला. आजीआजोबांविरुद्ध तिला वागता येणार नाही, म्हणून मीच निर्णय घेतला आणि घरात चिठ्ठी ठेवून निघून आले. नरेंद्रला मी सांगितले आहे की कोणी नाही तरी माझी आजी आपल्याला समजून घेईल." सुनेत्रा म्हणाली.

"कुठे आहे तो?" कमलाबाई म्हणाल्या.

"बाहेरच उभा आहे."–सुनेत्रा

"अगं वेडे, मग बोलव नं त्याला–" कमलाबाई म्हणाल्या.

नरेंद्रला बोलविण्यासाठी सुनेत्रा उठली व बाहेर गेली. तेवढ्या अवधीत कमलाबाईंच्या लक्षात एकूण प्रसंगाचं गांभीर्य आलं होतं. सुमनने शिक्षणासाठी घराबाहेर पाऊल टाकले तेव्हा आपण तिच्या पाठीशी उभे राहिलो; आता सुनेत्राने जातीबाहेर लग्न करून आपल्यासमोर अवघड प्रसंग उभा केला आहे, तरीही आपल्याला सुनेत्राच्या पाठीशी उभे राहावे लागणार आहे. जातीबाहेर लग्न करणे म्हणजे किती प्रतिकूल प्रश्नांना तोंड द्यावे लागणार आहे याची कदाचित सुनेत्राला जाणीव नसेल; पण आपल्याला ते माहीत आहे. जातीमध्येच लग्न केले, अगदी ओळखीचे घर असले, तरी प्रत्येक घरातले वातावरण वेगळे असते. रीतीरिवाज वेगळे असतात. बाहेरून आलेल्या मुलीला घरातील लोक सामावून घेतील असे नाही. मुलीलाच आपल्या स्वभावाला मुरड घालून घरातील लोकांना, अगदी नवऱ्यालाही जिंकून घ्यावे लागते. इथेतर जात बदलली म्हणजे दोन घरे पूर्णत: भिन्न असणार. अशा वेळी सुनेत्राला कितीतरी अवघड व कल्पनेबाहेरच्या प्रश्नांना तोंड द्यावे लागेल. तिला या गोष्टींची जाणीव करून द्यावी लागेल. पण एक बाजू मात्र जमेची आहे. ती म्हणजे, मनासारखा आवडता जोडीदार आहे. कदाचित त्याच्या बळावर सुनेत्रा सर्व प्रतिकूल परिस्थितीवर मात करू शकेल. पण हा निर्णय चूक की बरोबर, हे काळच ठरवील. आता गरज आहे ती सुनेत्राला मानसिक आधार देण्याची. अन् ज्या वेळी आपण संसारातून निवृत्त होऊ पाहत आहोत त्याच वेळी ही कार्टी आपला हात धरून पुन्हा आपल्याला संसारात ओढू पाहत आहे. परमेश्वराने आपल्यावर टाकलेली ही आणखी एक जबाबदारीच म्हणायला हवी. सुनेत्राला पाठिंबा देताना आपल्याला तिचे आजीआजोबा, सुमन, आपली मुलं, सुना या सर्वांना तोंड द्यावे लागणार. 'देवा, मला बळ दे रे, हे सर्व करण्यासाठी!' कमलाबाई मनातल्या मनात म्हणाल्या. 'हा कसोटीचा काळ मला पुन्हा नव्याने जगण्याची उमेद देणारा ठरावा, माझं व्यवहारी शहाणपण उजळवणारा ठरावा...' कमलाबाईंनी देवाला मनातच म्हणत हात जोडले.

खरंतर परिस्थितीविरुद्ध झुंजायचं बळ आता आपल्यात नाही असं कमलाबाई कालपर्यंत म्हणत होत्या; पण आज सुनेत्रा समोर आली अन् कमलाबाईंच्या मनातली नातीची ओढ प्रबळ ठरली. तिच्या आजच्या परिस्थितीत तिला एखाद्या जबाबदार व्यक्तीच्या पाठिंब्याची गरज आहे हे ओळखून कमालबाई पुन्हा नव्या उमेदीने उभ्या राहिल्या. जीवन असंच असतं ना? आशानिराशा, हारजीत होतच राहणार. अनुकूल अथवा प्रतिकूल परिस्थितीतही झगडत राहण्याची प्रेरणा देणारी

ती अज्ञात शक्ती प्रत्येकामध्येच असते. कोणी ती ताकद वापरतो, तर कोणी वापरत नाही, एवढंच.

कमलाबाईंच्या हळव्या मनामागे एक प्रखर ताकद होती. तीच त्यांना दर वेळी उभे राहण्यास मदत करीत होती.

दाराबाहेर दोन सावल्या दिसल्या. गुडघ्यावर हात टेकून उभ्या राहत कमलाबाई म्हणाल्या, ''आत या बाळांनो!''

❏❏

"माझ्या संसारात तू सुखी आहेस का?" तिला 'त्या'नं विचारलं. तिनं डोळे उचलून त्याच्याकडं पाहिलं आणि तृप्त हसली. असं तृप्त हसतानाच तिनं हुंकार दिला. त्या हुंकारानं त्याचा अभिमान चांगलाच सुखावला. त्यांच्या लग्नाला नुकतंच वर्ष झालं होतं. लग्नाचा पहिला वाढदिवसही दोघांनी अगदी थाटामाटात साजरा केला होता. नातेवाईक, मित्रमंडळींना बोलावून, सुंदरसा केक कापून आणि झक्कपैकी जेवण देऊन त्यांनी सगळ्यांना अगदी खूश करून टाकलं होतं. लग्नाला वर्ष झालं म्हटल्यावर सगळ्याच नातेवाइकांनी आणि तिच्या मैत्रिणींनीही त्या दोघांना टोकलं होतं– "काय? आता दोघांत तिसरं येणार ना?"... "आता आम्हाला पेढे हवेत हो!" सगळ्यांच्या उत्सुकतेला, उत्साहाला त्या दोघांनीही संमती दर्शवली होती. नुकतंच त्यांना कळलं होतं की, बाळाची चाहूल लागली आहे. दोघांचाही आनंद गगनात मावत नव्हता. दोघंही खूप खूश होते. सारं कसं अगदी ठरल्याप्रमाणे पार पडलं होतं.

दोघंही अगदी योग्य वयाचे असतानाच लग्न ठरलं होतं. ती पंचविशीची, तो अठ्ठावीसचा. दोघांच्या वयांतलं अंतरही आदर्श. ती देखणी, हुशार अन् एम.ए., बी.एड. झालेली. तोही उच्चशिक्षित, चांगल्या कंपनीत भरपूर पगार आणि उच्च पदावर. शिवाय स्मार्ट. जोडी अगदी दृष्ट लागेल अशी. लग्नाच्या गाठी ब्रह्मदेव स्वर्गात बांधतो म्हणतात. या दोघांची गाठ बांधताना ब्रह्मदेवानं अगदी विचारपूर्वक, सावकाशीनं गाठ जुळवली असणार! दोघांची घरंही कशी अगदी सुसंस्कारित. लग्न थाटामाटात, न भांडता, रागरुसवे न होता पार पडलं. देणंघेणं, दागदागिने— सारंकाही एकमेकांच्या विचारानं झालं. दोघांनाही कुठंच काही कमी पडलं नाही. तोही सुस्वभावी, तीही सर्वांशी जुळवून घेणारी; मग भांडणतंटा कसला होणार? वर्ष कसं आनंदानं, गुण्यागोविंदानं पार पडलं. सणवार वगैरे सारं काही मनाजोगतं झालं.

साहजिकच ती अगदी आनंदात होती. त्याच्यावर खूश होती. तोही तिच्यावर खूश होता. तिची बुद्धिमत्ता, तिची नोकरी, तिचं देखणेपण— सारं काही त्याचा अहंकार सुखावणारं होतं. ती नोकरी करत असून घरही सांभाळत होती. घरच्यांची मर्जी सांभाळत होती.

त्याला हवंनको पाहत होती. मग आणखी काय हवं? सुख-सुख म्हणतात, ते हेच असतं.

आणि म्हणूनच त्यानं अगदी कौतुकानं तिला विचारलं होतं— "तू माझ्या संसारात सुखी आहेस ना?" या वाक्यातला 'माझ्या' हा शब्द तिला खटकलाच नाही. ती खरंच अगदी तृप्त होती.

लहानपणापासून तिच्यावर जे संस्कार झाले होते त्यानुसार तिचे विचारही घडले होते. तिचं शिक्षण पूर्ण झालं होतं. तिला नोकरी होती. म्हणजे ती 'स्वावलंबी' आहे असा अर्थ होता. तिला नवरा चांगला मिळाला होता. तिचं सासर चांगलं होतं. चांगलं म्हणजे, फारशी आडकाठी न करता तिला नोकरी करू देत होते. गरज पडली तर घरात सांभाळून घेत होते. आणखीन काय हवं असतं? आता तर बाळाची चाहूल लागली होती. मातृत्व प्राप्त होणार, या कल्पनेनं ती सुखावली होती. तिला त्याच्या प्रश्नात विचित्र असं काहीच आढळलं नाही.

आतातर तो तिची फारच काळजी घेत होता. दोघंजण संध्याकाळी फिरायला जात; तेव्हा 'सावकाश चाल', 'नीट चाल' म्हणून वारंवार सूचना देत होता. तो आपली काळजी घेत आहे या कल्पनेनं ती सुखावत होती. यथावकाश तिनं एका पुत्ररत्नास जन्म दिला. खरंतर मुलगा-मुलगी असा कोणताच भेदभाव तिच्या मनात नव्हता, पण तरीही प्रथम पुत्राच्या जन्मानं त्याला अधिकच आनंद झाला. आपल्या आईवडिलांची नातवंडाची त्यातही नातवाची- इच्छा आपण पूर्ण केली या भावनेनं त्याला कृतार्थ झाल्यासारखं वाटलं. अहंकार अधिकच सुखावला.

पुढं नेहमीप्रमाणे संसार सुरू झाला. संसारातले खाचखळगे तिला जाणवू लागले; पण मुलाच्या प्रेमापोटी, पतीच्या प्रेमामुळं तिला तीव्रता फारशी जाणवत नसे. अर्थात् मनावर ओरखडे उठतच होते. नव्या नवलाईचे दिवस संपले होते. आता तिच्याबद्दलच्या इतरांच्या अपेक्षा अधिकच वाढल्या होत्या. तीही आपण अगदी आदर्श सून आहोत, आदर्श पत्नी आहोत, आदर्श आई आहोत असं वाटावं व खरंचच व्हायला हवं, या भावनेपोटी सगळ्यांच्या अपेक्षा पूर्ण करण्यासाठी धडपडत होती. तिच्या डोक्यात कोणती धुंदी चढली होती, कोण जाणे! पण आदर्शाच्या कल्पनेनं, आदर्श होण्याच्या ध्यासानं ती धावत होती. प्रसंगी स्वतःकडंही दुर्लक्ष करत होती.

तरुण असल्यानं तिला धावपळीचं विशेष वाटत नसे. मानअपमान झाला तरी क्षमा करण्याएवढं तिचं मन उदार होतं आणि दुर्लक्ष करण्याएवढं खंबीरही होतं. त्यामुळं संसारातल्या छोट्यामोठ्या कुरबुरींचं फार मोठ्या भांडणात रूपांतर

न होता त्या थोडक्यावरच संपत. तरीही तिला अधूनमधून वाटत असे की, प्रत्येक वेळी मीच पडती बाजू का घ्यायची? प्रत्येक वेळी मीच चूक असते का? समजा, माझी चूक असली तर मी क्षमा मागते; तसंच इतरांनीही वागायला नको का? पण असं होत नसे.

पुढची दहा वर्षं अशीच झपाट्यानं सरली. आता ती दोन मुलांची आई झाली होती. मुलांचं संगोपन, त्यांचे लाड, त्यांचं बालपण, त्यांची शाळा-अभ्यास, शिवाय नोकरीचीही कसरत पार पाडावी लागली. त्यात दिवस आणि वर्षं कशी संपली याचा थांगपत्ताच लागला नाही. याव्यतिरिक्त पाव्हण्यारावळ्यांची ऊठबस होतीच. सारेजण कौतुकानं त्यांच्या घराला गोकुळ म्हणत. या गोकुळातला आनंद टिकवून ठेवण्यासाठी ती जिवाचा आटापिटा करत होती. तिला कष्ट करण्यातही एक प्रकारचा आनंद वाटत होता यात शंकाच नाही. कधीकधी मुलांना आजारपण आल्यावर मात्र तिची अधिकच धावपळ होई. त्यांचं औषधपाणी, जागरण हे सगळं तिच्या एकटीवरच पडत होतं.

त्याची साथ नव्हती असं नाही; पण त्यात कष्टाचा भाग कमी होता. मुलांच्या आजारपणामुळं, पाहुणे आल्यामुळं त्याच्या जगण्याच्या गतीमध्ये कधीच काहीच फरक पडला नाही. की त्यानं करून घेतला नाही? तिला प्रश्न पडे. कधी तरी तिनं एकदा त्याला रात्रीचं जागं केलं होतं. मुलाला ताप आला होता. ''तेवढं क्रोसिन देता का?'' तिनं विचारलं. ''कुठं आहे क्रोसिन?'' त्यानं अनभिज्ञपणे विचारलं. ''औषधांच्या बॉक्समध्ये असतं!'' तिनं वैतागून सांगितलं. तो धडपडत उठला. त्याला औषधाचा बॉक्सही सापडला नाही आणि औषधही. ''तूच पाहा ना! तुलाच सारं माहीत असतं.'' त्यानं म्हटलं. ती मुकाट्यानं उठली. औषध घेतलं, मुलाला दिलं. पुन्हा मुलाला मांडीवर घेऊन थोपटू लागली. मुलाचा ताप उतरल्यावर ती झोपी गेली. 'काही लागलं तर मला उठव', असं सांगून तो झोपी गेला होता. याचा अर्थ, त्याला मुलांची काळजी नव्हती असं नाही; पण त्याचा तिच्यावर विश्वास होता. ती हुशार आहे, कर्तबगार आहे, सर्व काही व्यवस्थित सांभाळते हे माहीत झाल्यानं तो निश्चिंत झाला होता. तिला मात्र वाटत राहायचं की छोट्या-छोट्या गोष्टींतही त्याची साथ मिळावी. सारं काही मीच सांभाळायचं? माझी किती ओढाताण होते, हे याला कळत कसं नाही? त्याला कळत होतं की नव्हतं, कोण जाणे! पण एकूणच संसारात त्याचा सहभाग कमी होता. तो आपला साक्षी वृत्तीनं वावरत होता. तिची ओढाताण, तिची धावपळ सुरूच होती.

अशा पद्धतीनंच वर्षं संपली होती. मुलं तरुण होऊ लागली होती. आता

तिच्यावरची जबाबदारी अधिकच वाढली होती. वाढत्या वयातल्या मुलांची मानसिकता सांभाळताना तिची मन:स्थिती मात्र बिघडत चालली होती. तिचीही चाळिशी आली होती. स्त्रीजातीच्या वाट्याला येणारे सर्व शारीरिक-मानसिक चढउतार ती अनुभव होती. तो मात्र आपल्याच धुंदीत होता. त्याच्या करिअरचा आलेख चढता होत होता. गाडी, बंगला, उच्चपद... सर्व काही मिळालं होतं. लग्नाच्या एका वाढदिवसाच्या दिवशी त्यानं अभिमानानं तिला विचारलं, ''माझ्या संसारात तू सुखी आहेस ना?''

ती 'हो' म्हणाली खरी; पण 'हो' म्हणताना ती थोडी अडखळली. ती खरंच सुखी होती का? वरवर दिसताना सारं काही छान दिसत होतं. नवरा हुशार, कर्तबगार होता. मुलंही हुशार होती, शिकत होती. तसं तिला संसारात काहीच कमी पडत नव्हतं. पण तरीही तिला कुठंतरी कमतरता भासत होती. ती एकटी पडत चालली होती. तिचं एकटेपण कुणाच्याच लक्षात येत नव्हतं. खरंतर तिला मुलांच्या, नवऱ्याच्या आधाराची गरज होती. पण त्यांना तिच्याकडं लक्ष द्यायला वेळ नव्हता. तिला वेळी-अवेळी रडू फुटायचं. घाम यायचा. पण तिला जवळ घेऊन थोपटणारं कुणीच नव्हतं. आजवर केलेली धावपळ व्यर्थच गेली का, असा प्रश्न तिच्या मनाला कुरतडत राहायचा. पण खरंतर तेही शंभर टक्के खरं नव्हे हेही तिला समजत होतं. मुलं त्यांचा अभ्यास, कॉलेज यात गुंतली होती. आई म्हणून हक्कानं तिच्याकडून लाड करून घेत होती. नवरा त्याच्या नोकरी-उद्योगात गढला होता. तिलाही तिची नोकरी होतीच. पण आताशा तिला नोकरी करण्याचाही कंटाळा येत होता. त्याची कमाई भरपूर होती. त्यामुळं तिनं घरात पैसा आणलाच पाहिजे असं काही नव्हतं. नोकरीचा एकच फायदा होता की ती त्या निमित्तानं घराबाहेर पडत होती. मैत्रिणींमध्ये रमत होती. पण तिला आता घर व नोकरी ही कसरत नकोशी वाटत होती. शिवाय, शरीरही विशेष साथ देत नव्हतं. तरुणपणीचा उत्साह आता मावळत चालला होता. आणि तो तिला विचारत होता, 'तू सुखी आहेस का?' तिलाच कळत नव्हतं, तर काय उत्तर देणार ती? त्याच्या समाधानासाठी तिनं आपलं 'हो' म्हटलं झालं!

थोड्याच दिवसांत तिनं स्वेच्छानिवृत्ती घेतली. आता फक्त घर आणि मुलं, एवढंच विश्व राहिलं होतं. पण तिच्या मैत्रिणींनी तिला जबरदस्तीनं घराबाहेर काढलं; सामाजिक कार्यात गुंतवलं. आता ती मानसिक दृष्ट्या बरीच स्थिरावली होती. मुलं मोठी होऊन नोकरीच्या निमित्तानं परगावी गेली. आता घरात फक्त ती आणि तो— दोघंच होते. पुन्हा एकदा संसाराला नव्यानं सुरुवात झाली होती.

स्वयंपाक करताना दोघांसाठी किती करावा हे तिलाच समजेनासं व्हायचं. हळूहळू त्याचीही सवय झाली. मुलांची लग्नं झाली. संसार सुरू झाले. आता तिला खरंच शांत वाटत होतं. तोही आता प्रौढ झाला होता. तिला सांभाळून घेत होता. तिचं मन सांभाळत होता. तिला हवं-नको पाहत होता.

आता त्यानं साठी पार केली. त्याचंही निवृत्त आयुष्य सुरू झालं होतं. घरात त्याच्या साठीशांतीची गडबड होती. होमहवन सुरू होतं. मुलं, सुना सारेजण जमले होते. नेहमीप्रमाणेच तिनं पुढाकार घेऊन कार्यक्रमाची सगळी व्यवस्था चोख ठेवली होती. तो आपला पाटावर बसून गुरुजी म्हणतील त्याप्रमाणे विधी पार पाडत होता. दिवसभर घरात गडबड सुरू होती. गुरुजी दक्षिणा घेऊन गेले. सर्वांची जेवणं झाली. सर्व कार्यक्रम सुंदर रीतीनं पार पडला. दोघांनाही शुभेच्छा देत नातेवाईक घरी गेले. मुलंही संध्याकाळची बाहेर पडली. तो आरामखुर्चीत बसून निवांतपणे चहा पीत होता. ती तिथंच बसून आवराआवर करत होती. त्यानं अगदी सहजपणे विचारलं, "तू माझ्या संसारात सुखी आहेस ना?"

तिनं क्षणार्धात नजर वर केली. त्या नजरेत तेज होतं, राग होता. ती उसळून म्हणाली, "माझा संसार? संसार काय तुमच्या एकट्याचा आहे? किंबहुना, तो तुमचा नाहीच. सगळा संसार तर मीच केला. निदान 'आपला संसार' असं तरी म्हणा." तिच्या डोळ्यांत पाणी आलं. तो चपापला. सावरून बसला. तिच्या डोळ्यांतलं पाणी पाहून त्याला आपली चूक समजली. तो गडबडून म्हणाला, "अगं, माझ्या म्हणण्याचा अर्थ तोच होता. संसार दोघांचाही आहेच की! तुझा काय अन् माझा काय; आपण दोघं वेगळे थोडेच आहोत?"

तिनं डोळ्यांतलं पाणी पुसत हसून मान डोलवली. आजच्या दिवशी तिला त्याला दुखवायचं नव्हतं. राग उसळून वर आला खरा, पण तो तात्पुरता होता. आजवरच्या वाटचालीत सारी दुःखं तिनंच तीव्रतेनं भोगली. सुखंही त्याच असोशीनं अनुभवली. अवघड प्रसंगांना तोंड दिलं. चढउतारांवर सांभाळलं. पण, हे सारं करताना तो आपल्या बरोबरीनं चालत आहे, हाच आधार तिला फार मोठा वाटत होता. त्याच्या बळावरच तिनं सार निभावून नेलं. 'माझा' म्हणण्यातला त्याचा पुरुषी अहंकार तिला जाणवला, खटकला; तरी तो किती पोकळ आहे, हे तिला माहीत होतं. तिच्याविना तो अधुरा होता-आहे हे ती मनोमनी पक्कं जाणून होती.

❑❑

शिवणयंत्राचा बारीकसा 'घुर्र घुर्र' असा आवाज येत होता. निर्मला हातातल्या ब्लाउजवर एकाग्रतेने टीप मारीत होती. ब्लाउज पुरा होत आला होता. शेवटची टीप घालून निर्मलाने ब्लाउज सुलटा केला व हाताने साफ करून ब्लाउजवर अडकलेले धागे झटकून टाकून ब्लाउजची घडी घातली आणि तो मशीनवर ठेवला. निर्मलाच्या मनात आलं— आपल्या मनावरचे ताणतणाव असेच झटकता आले, तर किती बरं होईल! अन् जितक्या सहजतेने आपण ब्लाउज उलट्याचा सुलटा केला, तितक्या सहजतेने आपलं जीवनही बदलता आलं तर...? पण छे! ब्लाउजचा अन् जीवनाचा असा परस्परसंबंध लावणं बरं नव्हे. ब्लाउज शिवण्याइतकं आयुष्य सोपं थोडंच आहे? हं, मात्र या शिवणकलेवरच आपलं आयुष्य चालू आहे. तेच जर नसतं, तर जगणंच कठीण झालं असतं. आपलं आणि आपल्या मुलांचं— नेहा आणि निखिलचं.

निर्मलाचं मन गतकाळाचा ठाव घेऊ लागलं... निर्मलाने थोडंसं मनाविरुद्ध पुण्याला कायमचं येण्याचा निर्णय घेतला होता. बिऱ्हाड हलविताना तिच्या अगदी जिवावर आलं होतं. बंगलोरचं त्यांचं आयुष्य अगदी सुखाचं अन् सुरळीत चाललेलं होतं. निखिल सहा वर्षांचा अन् नेहा चार वर्षांची होती तेव्हा. त्यांच्या शाळा घराजवळच होत्या अन् त्या शाळांत दोघंही रमलेले होते. मनोहरची– तिच्या पतीची– नोकरीही अगदी चांगली होती. अचानक एक दिवस निर्मलाच्या बाबांचं पत्र आलं. पुण्यात त्यांचा एक प्लॉट होता. तो त्यांनी बिल्डरला विकला होता. तिथे एक अपार्टमेंट उभं राहिलं होतं. त्यातीलच एक फ्लॅट साहजिकच त्यांना मिळालेला होता. तो फ्लॅट नुसताच पडून राहण्यापेक्षा निर्मलाने तेथे राहायला यावे असं त्यांना वाटत होते. निर्मलाच्या बाबांची आता साठी उलटून गेली होती. आईचं निधन झाल्याने बाबा आपल्या चिंचवडच्या बंगल्यात एकटेच राहत होते. निर्मला त्यांची एकुलती एक मुलगी होती. साहजिकच मुलगी पुण्यात राहायला आली तर आपल्याला तिच्याकडे जाणेयेणे सोईचे होईल, मुलीलाही आपला आधार होईल, असं त्यांना वाटत होते. निर्मलाने मनोहरला पत्र दाखविलं अन् त्याचा विचार घेतला होता. मनोहरने प्रथम नाराजी दाखविली होती, पण नंतर पुण्यात

राहण्यास मान्यता दिली होती. पुण्याजवळ एवढ्या इंडस्ट्रीज आहेत, त्यामुळे आपल्याला नोकरी मिळणे अवघड जाणार नाही असे त्याला वाटले.

"काही काळजी करू नकोस तू. कॉम्प्युटरमधल्या माणसांना जगाच्या पाठीवर कुठेही नोकरी मिळते." मनोहर बिनधास्तपणे म्हणाला होता.

"अरे, पण इथं सगळं सुरळीत चाललं आहे, ते सोडून जायचं का?" निर्मला त्याला पुन:पुन्हा विचारत होती.

"अगं, बंगलोरपेक्षाही पुण्यात राहणं जास्त सोईचं आहे. इथं आपल्याला घराचं भाडं भरावं लागतं, तिथे तेही भरावं लागणार नाही." मनोहरने व्यावहारिक मत प्रगट केलं.

"जिथंतिथं तुझा हिशोब कसा असतो? बाबांना मुलगी जवळ राहावी, असे वाटतेय् म्हणून ते पुण्याला बोलावतायत्. शिवाय, मुंबईलाही तुझे बाबा एकटेच राहतात. त्यांनाही आपण पुण्यात राहिलो तर सोईचं होणार नाही का?" निर्मला वैतागून म्हणाली होती.

"ठीक आहे. पण शेवटी पुण्याला जायचं हाच निर्णय घ्यायचाय ना? त्यामागचा हेतू कोणता हे महत्त्वाचं नाही." मनोहर म्हणाला.

त्याच्या या विधानावर प्रत्युत्तर करण्याची इच्छा असूनही निर्मला गप्प बसली होती. त्याचा हिशोबीपणा तिला नेहमीच खटकत असे, पण त्यावरून वादावादी होऊ नये याची ती काळजी घेत असे. मनोहरला पुण्याला जाण्याची घाई झाली आहे की काय, अशीही शंका तिच्या मनात डोकावून गेली. सुरुवातीला त्याने दाखविलेली नाराजी खोटी होती की काय, असेच तिला त्याच्या एकूण वागण्या-बोलण्यावरून वाटले.

अखेर मनोहरने तिथल्या नोकरीचा राजीनामा दिला अन् मे महिन्यात ते सर्व जण पुण्याला येऊन दाखल झाले. मुलांना नवीन शाळांमध्ये रुळण्यास थोडा वेळ लागला. मनोहरलाही एका कंपनीत काही दिवसांतच नोकरी मिळाली, अन् पुण्यातलं त्याचं आयुष्य सुरू झालं. पुण्याला आल्यापासून निर्मलाने आपलं शिवणयंत्र बाहेर काढलं होतं. इतके दिवस ती स्वत:चे व मुलांचे कपडे घरीच शिवत असे; पण आता तिने लोकांच्याही कपडे शिवण्याच्या ऑर्डर्स घेण्यास सुरुवात केली.

मनोहर रागावून म्हणाला होता, "तुला उगाचच कष्ट करण्याची सवय आहे. स्वत:चे कपडे शिवतेस, ते पुरे झालं नाही का? बाहेरच्या लोकांची उठाठेव करण्याचे कारण काय?"

"अरे, माझं मन रमतं त्यात. कपडे शिवणे हीसुद्धा एक कला आहे. मी शिवलेले लहान मुलांचे कपडे, त्यांच्या फॅशन्स लोकांना फार आवडतात. मलाही त्यात आनंद मिळतो. नुसतं बसण्यापेक्षा काही उद्योग केलेला चांगला नाही का? आता मुलंही मोठी होऊ लागली आहेत. त्यांचे शिक्षण, कपडालत्ता यांचा खर्च दिवसेंदिवस वाढत जाणार. मी थोडे पैसे मिळविले तर आपल्या संसाराला हातभारच लागेल." निर्मला म्हणाली.

निर्मला राहत होती त्या भागात तिचे नाव हळूहळू होऊ लागले. लहान मुलांच्या कपड्यांच्या ऑर्डर्स तिला मिळू लागल्या होत्या. त्याबरोबर ब्लाउज शिवणे, पंजाबी ड्रेस शिवणे इ. कामेही तिला मिळू लागली. पुण्यात राहण्याचा निर्णय घेतला ते योग्यच झाले, असे आता निर्मलाला वाटू लागले. तिच्या आवडीच्या कामात दिवस कसे भराभर चालले होते. अगदी तरुणपणापासून निर्मलाला कपडे घरी शिवणे आवडू लागले होते. ती जेव्हा आपल्या आईला शिवणयंत्रावर बसून कपडे शिवताना पाहत असे, तेव्हा तिला मराठी पिक्चरमधली गरीब नायिका आठवत असे. गमतीने ती आईला म्हणे, "आई, तू अशी शिवत बसलीस ना, की मला तो सुलोचनाचा पिक्चर आठवतो बघ."

आई त्यावर काहीच न बोलता नुसती मंद हसत असे. निर्मला जरी आईला अशा प्रकारे शिवणावरून बोलत असली तरी तिलाही हळूहळू त्या कामात रस निर्माण झाला. एखाद्या कपडाचे तुकडे करून ते व्यवस्थित जोडल्यानंतर त्यातून आकाराला येणारी निर्मिती किती सुंदर असते हे तिला शिवता शिवता जाणवू लागले अन् तिने स्वतःच कपडे शिवण्यास सुरुवात केली. कपडे शिवणे हे केवळ एखाद्या गरीब विधवा बाईचे अर्थार्जनाचे साधन नाही तर हल्ली त्यातूनच एखादा मोठा व्यवसाय निर्माण होऊ शकतो, हे तिच्या लक्षात आले. पुढे लग्न झाल्यावर आईचे निधन झाले अन् आईची आठवण म्हणून तिने ते शिवणयंत्र आपल्या सासरी आणले. हळूहळू तिने त्यावर स्वतःचे कपडे घरी शिवण्यास सुरुवात केली. पण आता पुण्याला आल्यानंतर त्याचा खास उपयोग होऊ लागला. शिवणयंत्रातही आता खूप सुधारणा झाल्या होत्या. पाय न मारता ते केवळ लाईटवर चालू लागल्याने आता शिवणेही खूप सोपे झाले होते. शिवाय एमब्रॉयडरी करणे, नाजूक कलाकुसर करणे, पिको करणे, फॉल लावणे, लेस लावणे या गोष्टीही सहज शक्य झाल्या होत्या. त्यातूनच कपडे शिवता शिवता निर्मलाच्या मनात अनेक नव्या फॅशन्स तयार होत अन् त्यानुसार शिवलेले कपडे लोकांच्या पसंतीत उतरत होते. दिवस असे सुखाचे चालले असतानाच अचानक

एक दिवस मनोहर निर्मलला म्हणाला, ''माझ्या बाबांना आता इथे आपल्याकडेच राहायला यायला लागेल.''

''का बरं?'' निर्मलाने आश्चर्याने विचारले. मनोहरचे बाबा मुंबई सोडायला कधीच तयार नसत, त्यामुळे निर्मलाला मनोहरने एकदमच असा विषय काढल्यावर आश्चर्य वाटलं.

''बाबा राहतात ती जागा म्हणजे तो सगळा वाडाच बिल्डरने विकत घेतला आहे. त्या जागेच्या बदल्यात आपल्याला पैसेही भरपूर मिळतील. मला वाटतं, त्या पैशातून मला एखादा धंदा सुरू करता येईल. नोकरीत तशी खूपच अनिश्चितता आली आहे, त्यापेक्षा एखादा व्यवसाय करणं जास्त चांगलं.'' मनोहर म्हणाला.

मनोहरच्या या निर्णयाचंही निर्मलाला आश्चर्यच वाटलं. नोकरी सोडून देऊन एकदम व्यवसाय करण्याकडे तो कसा वळला ते काही तिच्या लक्षात येईना. व्यवसायातील चढउतार आपल्यासारख्या मध्यवर्गीय लोकांना परवडणार आहेत का, याचा विचार मनोहरने केला आहे का, असे वाटून तिने विचारले, ''अरे, आता सगळं सुरळीत चालू असताना तू मध्येच व्यवसायाकडे वळलास तर त्याचा आपल्या फिक्स इन्कमवर परिणाम होणार नाही का? मला काही इतके पैसे मिळत नाहीत की त्यावर सर्व घर चालेल.''

''मी सगळा विचार केला आहे.'' मनोहर म्हणाला. ही त्याची नेहमीचीच पद्धत होती. मनोहरचे बाबा घरी राहायला आले अन् निर्मलाचा सगळा दिनक्रमच बदलून गेला. मनोहरनेही नोकरी सोडली अन् घराजवळच एक दुकान विकत घेतलं. प्रथम त्याने कॉम्प्युटरवर कामे घेण्यास सुरुवात केली, तसेच कॉम्प्युटर दुरुस्त करणे, कॉम्प्युटरचे क्लास घेणे इ. करण्यास सुरुवात झाली. मनोहरचे, त्याच्या बाबांचे व मुलांचे करता करता निर्मलाचे शिवणकाम मागे पडले. इतके दिवस मुंबईला गेल्यावर निर्मलाला सासऱ्यांजवळ दोन दिवस राहावे लागे, त्यामुळे त्यांच्या राहणीची, सवयींची विशेष माहिती नव्हती. आता नव्याने त्यांच्या राहणीशी, स्वभावाशी जुळवून घेताना निर्मलाची दमछाक होऊ लागली. इतके दिवस एकटे राहिल्याने मनोहरच्या बाबांनाही चार माणसांत राहायची सवय नव्हती. त्यामुळे त्यांनाही अडखळल्यासारखे होऊ लागले. मनोहरच्या बाबांना एक खोली स्वतंत्र द्यावी लागली. त्या खोलीत ते मुलांना येऊ देत नसत. साहजिकच निर्मलाला व मुलांना घर लहान पडू लागले. बाबांच्या खाण्यापिण्याच्या वेळा सांभाळता सांभाळता इतर कामांना उशीर होऊ लागला. निर्मलाची चिडचिड

वाढू लागली. त्यातच मनोहरला पुरेसा पैसा मिळत नव्हता. तोही घरात आल्यावर आरडाओरडा करू लागला.

अशा सर्व अडचणीत असतानाच निर्मलापुढे आणखीन एक संकट उभे राहिले. तिच्या बाबांना पॅरालिसिसचा अॅटक आला. निर्मला एकुलती एक मुलगी असल्यामुळे तिलाच सर्व पाहावे लागले. बाबांना हॉस्पिटलमध्ये अॅडमिट केल्यानंतर निर्मलाने ठरविले की त्यांना आता एकटे ठेवण्यात अर्थ नाही, त्यांनाही इथेच आणले पाहिजे. चिंचवडचे घर विकून टाकावे. मनोहरशी बोलून निर्मलाने बाबांना जरा बरे वाटू लागल्यावर आपल्याच जवळ ठेवले. मनोहरने बाबांशी बोलून चिंचवडचे घर विकले. ते सर्व पैसे बँकेत ठेवले. निर्मलाने इतक्या दिवस बँकेचे व्यवहार कधीच केले नव्हते, त्यामुळे तिने सर्व मनोहरवर सोपवून दिले. त्याबाबत कधी फारसे लक्ष घातले नाही.

आता निर्मलावरची जबाबदारी आणखीनच वाढली. दोन म्हातारी माणसे सांभाळणे सोपे काम नव्हते. मुलेही मोठी झाली होती. त्यांच्या शाळा, अभ्यास, खाणेपिणे यांच्या वेळा सांभाळाव्या लागत होत्या. मनोहरचे बाबा दिवसभर घरी बसून निर्मलाच्या दैनंदिन कामातील चुका दाखविण्याचे काम चोखपणे करीत होते. निर्मला वैतागून मनोहरला म्हणाली, "तुझ्या बाबांना तुझ्याबरोबर दुकानात मदतीसाठी का नेत नाहीस? त्यांची तब्येत अजूनही चांगली आहे."

"का? तुला माझ्या बाबांचे करण्याचा एवढ्यात कंटाळा आला का?" मनोहर म्हणाला.

"तसे नाही रे. ती माझी जबाबदारीच आहे. ती मी टाळते आहे का? पण दिवसभर उद्योग नसल्याने ते माझ्या कामात ढवळाढवळ करीत राहतात अन् माझ्या चुका काढत राहतात. मला त्याचा फार त्रास होतो." निर्मला म्हणाली.

"तुझे बाबा घरी आले म्हणून माझ्या बाबांची तुला अडचण होऊ लागली का?" मनोहर रागाने म्हणाला.

"तसं काही नाही. तुझ्या बाबांना व माझ्या बाबांना सांभाळणे हे आपले कर्तव्यच आहे. पण तरीही तुझ्या बाबांना स्वतंत्र खोली द्यावी लागल्याने व माझे बाबा आजारी असल्याने घरात खूपच अडचण झाली आहे. कदाचित तुझ्या बाबांना त्याचा त्रासही होत असेल." निर्मला अगतिकतेने म्हणाली.

"आता माझ्या बाबांची स्वतंत्र खोली काढण्याचे काय कारण होते? मला माहीत आहे हे घर तुझे आहे ते." मनोहरने नेहमीप्रमाणे आक्रस्ताळेपणा करण्यास सुरुवात केली. आपल्या बाबांसमोर नवऱ्याशी भांडण नको म्हणून निर्मला गप्प

बसली. हल्ली मनोहरचा स्वभाव बदलत चालला होता. त्याचा संतापीपणा वाढत चालला होता. नेहा व निखिलही हल्ली वडिलांचा मूड बघूनच वागत.

निर्मलाला वाटू लागले, खरंतर हे घर बाबांचेच आहे; पण तरीही त्यांना अडचणीत राहावे लागत आहे. चिंचवडचे घर विकायलाच नको होते. पण त्याशिवाय दुसरा पर्याय तरी कुठे होता? सगळ्यांनीच चिंचवडला राहायला जाणे व्यवहार्य नव्हते. आता सर्वांनीच इथे एकत्र राहताना खरंतर खूप समजुतीने राहायला हवं; पण मनोहरचे बाबा व मनोहर काही समजूत घेण्याच्या मनस्थितीतच नाहीत. आजारपणातच बाबांना स्वतःच्या मुलीच्या संसाराची ओढाताण होत असलेली पाहणंच नशिबी आलं आहे. मोकळेपणाने मनोहरशी बोलावं तर तेवढा वेळ व सहवास दोघांनाही मिळत नव्हता. मोठ्या माणसांसमोर व मुलांसमोर अशा गोष्टींची चर्चा करणं निर्मलाला बरं वाटत नव्हतं. शिवाय त्या चर्चेचं भांडणात रूपांतर कधी होईल, तेही सांगता येत नव्हतं. निर्मलाला अगदी एकटं व हताश वाटू लागलं होतं.

मनोहरचे बाबा नंतर खरोखरच दुकानात बसू लागले. निर्मलाने सुटकेचा श्वास सोडला. पण काही दिवसांतच तिच्या लक्षात आले, की दुकानातून मिळालेले पैसे मनोहर घरात देत नव्हता, तर ते त्याच्या बाबांपाशी ठेवत होता. घरखर्चासाठी लागणारे पैसे सासऱ्यांजवळ मागणे निर्मलास कमीपणाचे वाटू लागले. तिच्यात आणि मनोहरमध्ये त्यामुळे आणखीनच दुरावा निर्माण झाला. संसार काय माझ्या एकटीचा आहे का, मनोहरने काही पुढाकार घेऊन जबाबदारीने करायला नको का, असे तिला वाटू लागले. त्या वाटण्याचे रूपांतर चिडचिड होण्यात झाले. मुलांना शाळेसाठी, बसने येण्या-जाण्यासाठी लागणारे पैसेही बाबांजवळ वारंवार मागावे लागत होते. या सर्वांचा परिणाम निखिलच्याही वागण्यावर होऊ लागला. घरातील मोठ्या माणसांच्या अशा वागण्याने त्याच्या वागण्यात एक प्रकारची बेपर्वाई येऊ लागली. बाबांशी वागताना, बोलताना उद्धटपणा येऊ लागला. त्याला कसे सांभाळावे, ही नवीनच चिंता निर्मलापुढे उभी राहिली.

एक दिवस मनोहरचे बाबा दुपारी दुकानातून घरी आले. नेहमीप्रमाणे निर्मलाने त्यांना ताट वाढून दिले.

''ही कसली बेचव भाजी, अन् पोळ्या तरी काय झाल्या आहेत!'' मनोहरच्या बाबांनी नेहमीच्याच पद्धतीने बोलण्यास सुरुवात केली.

आज निर्मला त्यांच्या या वाक्यावर भडकूनच उठली. ती ओरडली,

"चूक माझ्या करण्यात नाही; तुमच्या दृष्टिकोनात आहे. हीच पोळीभाजी आम्ही सर्वांनी खाल्ली आहे. ज्याला कडकडून भूक लागते ना, त्याला कुठलंही अन्न गोडच लागतं. अन् अन्नाला नावं ठेवलेलं मला चालणार नाही."

मनोहरच्या बाबांनी समोरचं ताट भिरकावून दिलं अन् ते रागारागाने दुकानात निघून गेले. आता मात्र निर्मला घाबरली. मनोहर व त्याचे बाबा आपल्याला काय म्हणतील, या चिंतेत तिने सर्व दिवस काढला. रात्री मनोहर व त्याचे बाबा घरी आल्यानंतर त्यांनी रुद्रावतारच धारण केला.

"निर्मला, तू बाबांची क्षमा माग; नाहीतर ते या घरात राहणार नाहीत." मनोहर म्हणाला. मनोहरच्या या अरेरावीने निर्मला पुन्हा भडकून उठली. खरंतर तिने स्वत:च सासऱ्यांची क्षमा मागण्याचे ठरविले होते, पण आता मात्र ती हट्टाने म्हणाली, "माझं काहीच चुकलेलं नाही, तर मी क्षमा का मागू? समोरचं अन्नाचं ताट त्यांनी भिरकावून दिलं आहे."

या तिच्या बोलण्यावर जे व्हायचे होते, तेच झाले. दोघांमधली भांडणे विकोपाला गेली. मनोहरने रागारागाने निर्मलाच्या मुस्काडीत मारली. आपल्या वडिलांसमोर मनोहरने आपल्यावर हात टाकला, याचा निर्मलाला फार अपमान वाटला. निर्मलाचे वडील अंथरुणावरून सगळा गोंधळ पाहत होते, पण या भांडणात मध्ये पडून ते मिटविण्याची ताकद त्यांच्यात नव्हती. ते आपले हातानेच खूण करून भांडू नका, भांडू नका, असे म्हणत होते.

या सर्व गोंधळात मुले बिचारी कानकोंडी होऊन गुपचूप बसली होती. अखेर निर्मलाने सासऱ्यांची क्षमा मागितली व गोंधळ मिटला. पण मनोहर व तिच्यामधला दुरावा आणखीनच वाढला. पैशाची ओढाताण, मुलांच्या शाळा, अभ्यास, वडिलांचे आजारपण, सासऱ्यांचा दुराग्रह व नवऱ्याशी दुरावा, या सर्वांमुळे निर्मला वारंवार आजारी पडू लागली. पोटदुखी सुरू झाली. सारे मेडिकल चेकअप झाले, पण त्यात कोणताच दोष निघाला नाही. डॉक्टरांनी सांगितले की मनावर अनेक ताण असल्यामुळे ते असे शरीराच्या दुखण्यामधून प्रकट होत आहेत. सासऱ्याला सुनेच्या घरात राहणे अपमानास्पद वाटत होते. दुकानातून मिळणारा पैसा त्यांनी जवळच ठेवला होता.

एक दिवस त्यांनी घरात जाहीर करून टाकले की, मी वृद्धाश्रमात राहायला जाणार आहे. निर्मला त्यांच्या हातापाया पडली, पण त्याचा उपयोग झाला नाही. मनोहरने बाबांना समजावण्याचा प्रयत्न केला आणि अखेर त्यांच्या इच्छेप्रमाणे त्यांना करू दे, असे म्हणून मोकळा झाला.

मनोहरचे बाबा बोलल्याप्रमाणे खरोखरच वृद्धाश्रमात राहायला गेले. निर्मला मनोहरला म्हणाली, "तुम्ही का नाही त्यांना समजावीत? वृद्धाश्रमात राहण्यासाठीसुद्धा पैशाची गरज असतेच ना?"

मनोहर निर्मलाच्या अंगावर खेकसत म्हणाला, "आता तू आमच्या दोघांमध्ये पडू नकोस. मी पैशाची व्यवस्था करायची ती करतो. तुला नाहीतरी माझ्या बाबांची अडचणच होत होती. घर तुझ्या नावावर आहे, याचा फायदा घेतलास तू. मलाही तुझ्या वागण्याचा कंटाळा आला आहे. असं वाटतंय की कुठंतरी दुसरीकडे निघून जावे."

निर्मलाने आश्चर्याने मनोहरकडे पाहिले. 'हे म्हणण्यापूर्वी तू मुलांचा विचार केलास का?" ती म्हणाली, "माझं काय चुकलं? तुझ्या बाबांनाच अडचणीत राहायला आवडत नव्हतं. माझे बाबा आजारी पडून इथे राहायला आल्यापासून तुम्हा बापलेकांचं डोकं फिरलं होतं." निर्मला पुढे म्हणाली.

हा वादविवाद असाच पुढे चालू राहिला तर मनोहर आपल्या अंगावर हात टाकायला कमी करणार नाही, हे ओळखून निर्मला म्हणाली, "जाऊ देत. आपला वाद कधीच संपणार नाही. मनोहर, माझ्यासाठी नाही, तर निदान मुलांसाठी तरी तू यापुढे असा वागू नकोस ना. त्यांच्यावर या सर्व घटनांचा विपरीत परिणाम होतोय्."

मनोहरच्या वागण्यात काहीतरी सुधारणा होईल, ही निर्मलाची अपेक्षा फोलच ठरली. दुकानही नीटसे चालेना. मनोहरच्या मनाचा थांगपत्ता निर्मलाला लागत नव्हता. आपला सुरळीत चाललेला संसार असा का विस्कटावा, हे निर्मलाला उमगेना. कोणाची दृष्ट तर लागली नाही ना, की वास्तूतच काही दोष आहे हे जाणून घेण्यासाठी ती अनेक ज्योतिषांकडे जाऊ लागली. मंत्र, तंत्र, गंडेदोरे असले उपचार करू लागली; पण त्यातून घरातल्या परिस्थितीत खूप काही सुधारणा झाली नाही. एक दिवस मनोहरने बँकेतले सर्व पैसे गोळा केले, दुकानही विकले. निर्मलाला त्याच्या या व्यवहाराची काहीच कल्पना नव्हती, पण मनोहरचे वागणे तिला संशयास्पद वाटू लागले. तो सतत फोनवर कोणाशी तरी बोलताना पाहून ती त्याला खोदून-खोदून विचारू लागली. तसा तिच्या अंगावर येत मनोहर म्हणाला, "तुला माझ्या व्यवहाराशी काय करायचं? अन् तुला अखेरचं सांगतो, आता मीही यापुढे या घरात राहणार नाही. मी मुंबईला नोकरीसाठी जात आहे."

"मग माझं व मुलांचं काय करायचं ठरवलं आहेस तू?" निर्मला ओरडली.

"ते तुमचं तुम्ही बघा. तुझे बाबा आहेत इथे; तू त्यांनाच विचार." मनोहर म्हणाला.

"माझे बाबा या सर्व गोंधळामुळे बरेच होत नाहीत. त्यांचीच तब्येत रोज बिघडत आहे. ते काय सांगणार मला? तू या घरातला कर्ता, प्रमुख पुरुष; तूच असे आततायी निर्णय कसे घेतोस? मग माझ्याशी लग्न तरी कशाला केलंस?" निर्मला रडत रडत म्हणाली.

"चला तर, हे मंगळसूत्रच काढून टाकतो मी, म्हणजे तुझा-माझा संबंध संपला!" रागाने लाल होत मनोहर म्हणाला अन् खरोखरच निर्मलाच्या अंगावर जात तिच्याशी झटापट करून त्याने गळ्यातील मंगळसूत्र ओढले. मंगळसूत्र निर्मलाने हातात घट्ट धरून ठेवले होते, ते तुटून तिच्या हातात आले. तसेच तिच्या एक-दोन मुस्काडीत मारत मनोहर रागाने बडबडत बाहेर निघून गेला.

निर्मला मोठमोठ्यांदा रडू लागली. रागाने व दुःखाने तिला काय करावे हे सुचेना. तेवढ्यात बाहेरून नेहा आली. एकूण परिस्थितीचा अंदाज घेऊन तिने आईला कॉटवर झोपविले आणि पाणी पिण्यास देऊन शांत राहण्यास सांगितले.

मनोहर खरोखरच दोन-चार दिवसांतच बॅग भरून मुंबईला निघून गेला. जाताने त्याने मुलांना सांगितले की, तुम्हाला कधी माझ्याशी बोलावेसे वाटले तर मी एक नंबर देतो, त्यावर फोन करा. मनोहर गेल्यानंतर घरखर्च व वडिलांच्या आजारपणाचा खर्च कसा चालवायचा, हा प्रश्न निर्मलापुढे उभा राहिला. अखेर बँकेत आपल्या खात्यात पैसेतरी किती आहेत, हे पाहावेत, म्हणून ती नेहाला घेऊन बँकेत गेली अन् तिला आश्चर्याचा धक्काच बसला. तिच्या व मनोहरच्या एकत्र खात्यातील सर्व पैसे मनोहरने काढले होते. एवढेच नाही, तर चिंचवडच्या घराचे पैसे, मुंबईच्या घराचे पैसेही काढले होते. तिच्या नावावर काहीही शिल्लक नव्हती. आता मात्र निर्मला चिडून उठली. तिने आर्थिक व्यवहारात कधीच लक्ष घातले नव्हते, त्याचा त्याने असा फायदा उठवावा? घरी येताच तिने रागारागाने मंगळसूत्र गळ्यातून काढून टाकले, कुंकूही पुसले व नेहाला म्हणाली, "आजपासून माझं तुझ्या बाबांशी असलेलं नातं संपलं. यापुढे मला फक्त तुम्ही दोन मुलं व माझे वडील, एवढीच माणसं आहात."

हा सर्व प्रकार निर्मलाचे बाबा पाहत होते. त्यांना या प्रकरणाचा इतका धक्का बसला की, त्यांना हार्ट ॲटॅक आला व त्यातच त्यांचे निधन झाले.

निर्मलाने तेही दुःख गिळले. दुःखाचे एकामागोमाग एक इतके आघात झाले की तिच्या मनाला एक प्रकारची बधिरता आली होती. यातून नेहा व

निखिलने खूपच समजूतदारपणा दाखवत आईला सावरले. यापुढे मुलांसाठी तरी जगायला हवे या प्रेरणेने निर्मलाने एक दिवस सर्व दुःख बाजूला सारले आणि पुन्हा दैनंदिन कामाला सुरुवात केली. आपलं अडगळीत पडलेलं शिवणयंत्र तिनं बाहेर काढलं आणि पुन्हा शिवणकाम करण्यास सुरुवात केली. ''नेहा, मी आईला शिवणयंत्रावरून चिडविले होते की मराठी पिक्चरमधल्या गरीब सुनेची मला आठवण होते. तेव्हा दैव मला हसलं असणार बघ. आज हेच शिवणयंत्र माझ्या उपजीविकेचं साधन झालं आहे.'' निर्मला शिवणयंत्र पुसता-पुसता नेहाला म्हणाली.

''आई, जाऊ देत त्या जुन्या कडू आठवणी. तुझा हात इतका चांगला आहे की लवकरच तुला शिवणाच्या मोठ्या ऑर्डर्स मिळतील अन् आम्ही दोघं आहोत ना तुझ्या पाठीशी. निखिलही नोकरी करून शिकेल. मीही एखाद्या वर्षात नोकरीला लागेन. तू काही काळजी करू नकोस.'' नेहा म्हणाली.

''आता काळजी कसली करणार मी? बाबा गेले, मनोहरचा पत्ता नाही. मनोहरचे बाबा वृद्धाश्रमातून मनोहरकडे राहायला गेले, असंही उडतउडत कळलंय. माझे सगळे पाश तुटले बघ. आता तुझं व निखिलचं रांगेला लावून दिलं की माझी जबाबदारी संपली.'' निर्मला म्हणाली.

निर्मलाने सर्व पाश खरोखरच तोडून टाकले. तिच्या मोकळ्या कपाळाकडे व मोकळ्या गळ्याकडे बायका पाहत व चौकशी करीत, तेव्हा ती मोघमपणे ''आता कुणी नाही इथे. फक्त मी व माझी मुले एवढेच आहोत.'' असे उत्तर देई.

निर्मला विचारचक्रातून बाहेर पडली. केवढी मोठी उलथापालथ झाली होती तिच्या आयुष्यात. कितीही विचार झटकावेत, ताणतणाव घेऊ नयेत, असे वाटले तरी पुन:पुन्हा ते लोचटासारखे चिकटायला येतातच. निर्मलाने काम करण्याकडे पुन्हा मोर्चा वळविला. ब्लाउज पुरा झाला होता. आता एखादा ड्रेस शिवायला घ्यावा. दोनच दिवसांपूर्वी एका शाळेचे युनिफॉर्म शिवण्याची ऑर्डर मिळाली होती. त्यासाठी कोणीतरी मदतनीस घ्यायला लागणार होता. आता पोट भरण्याएवढे पैसे मिळू लागले होते. हळूहळू ऑर्डर मिळाल्या तर परिस्थितीत आणखीनच सुधारणा होणार होती.

निर्मलाच्या मनात आले, पक्ष्यांच्या जातीत नर घरटे बांधतो व मादी अंडी घालून ती उबवते. पिल्लांना सांभाळण्याचे काम नर व मादी दोघेही करतात. आपण माणसाचा जन्म घेतला तरीही अजून हे सहकार्य आपल्यात नाही. आपल्या संसारात तर नरानेच घरटे विस्कटले. हे विस्कटलेले घरटे पुन्हा नव्याने

उभे करण्याची जबाबदारी आपल्यावर आली आहे. मनोहरने ती जबाबदारी झटकली. पण खरंच, मनोहर असा का वागला? सर्व संकटांमध्ये आपण त्याला साथ दिली. कदाचित काही चुका आपल्या हातून घडल्याही असतील; पण म्हणून संसारच सोडायचा? मनोहरच्या मनातील उलथापालथ आपल्याला कधीच समजू शकली नाही का? की एकामागोमाग येणाऱ्या संकटांमुळे आपलीही बुद्धी चालेनाशी झाली? कोण देणार या प्रश्नांची उत्तरं? का कधीच उत्तरं मिळणार नाहीत?

निर्मलाने एक मोठा नि:श्वास टाकला व ड्रेस शिवण्यासाठी तिने कापड हातात घेतले. निर्मलाला तिच्या आयुष्याचा वेडावाकडा आकार नीट करता येत नसला, तरी हातातील कापड वेडेवाकडे फाडूनही त्यातून सुबक आकार देता येत होता. तिने हातात कात्री घेतली व समोरच्या कापडावर लक्षपूर्वक सपसप चालवू लागली.

तिच्याही आयुष्याला मिळणारा भविष्यकाळातील सुबक आकार ती समोरच्या कापडात शोधत होती.

❑❑

"आई, झोप ना गं माझ्याजवळ!" मंजू झोपेतच चाळवली आणि म्हणाली.

तसं, तिला थोपटत नीरा म्हणाली, "थांब हं बाळा, झालंच माझं!" आपला सेमिनारमध्ये वाचण्यासाठी लिहिलेला पेपर पुरा करताकरताच नीराने आपल्या मुलीस थोपटले.

रात्रीचा एक वाजला होता. आता थांबायलाच हवं. रात्री उशिरा झोपलं की सकाळी उठायला उशीर. पुन्हा सकाळच्या कामाची गडबड असते. पण काय करणार? रात्री साऱ्यांची जेवणंखाणं होऊन सगळी आवराआवर करायला ११ वाजले. त्यापुढे नीराने मंजूला झोपवलं व पेपर लिहिण्यास घेतला. पेपरचा विषयही तिच्या आवडीचा होता- 'स्त्रियांचे समाजातील स्थान : कालचे व आजचे.'

पेपर लिहिण्यात नीरा गुंगून गेलेली पाहून माधव वैतागला होता. "काय गं, रात्रीचं काय लिहीत बसतेस? दुपारच्या वेळी कोणी नसतं, तेव्हा का नाही लिहीत?" तो म्हणाला.

तसं नीरा म्हणाली, "अरे, दुपारी लिहायला निवांत वेळ असतो, असं उगीचच वाटतं तुम्हाला. त्याच वेळी कामवाल्या बायकांची कामाला येण्याची वेळ असते. त्यांची धुणी-भांडी होईपर्यंत थांबावं लागतं. सकाळी तुम्ही जाता सगळे निघून १० वाजता. त्यापुढे सकाळी आवराआवर करेपर्यंत १२ वाजतात. घरात सगळ्यांनी हाऽऽ पसारा केलेला असतो, तो आवरायचा असतो. त्यातच कधी सेल्सगर्ल भंडावतात बेल वाजवून, तर कधी आंधळ्याला मदत करा किंवा अनाथाला मदत करा म्हणणारी मुलं. रात्रीसारखा निवांतपणा मिळत नाही दुपारी. अन् लिहायला मूड लागतो ना? तो काय ठराविक वेळेला सांगून येतो का?"

नीराचे बोलणे संपायच्या आतच माधवचे घोरणे सुरू झाले होते, तसा नीराने निःश्वास सोडला व पेपर लिहिण्याचे काम सुरू केले.

'प्रत्येक गोष्ट याला समजावून सांगावी लागते. जाऊ दे. घरातील सारे व्याप सांभाळून पुन्हा आपल्या आवडीची गोष्ट करायची, तीसुद्धा अभ्यासाची. त्यासाठी आपली होणारी ओढाताण याच्या लक्षातच येत नाही.' नीराच्या मनात आले, 'घरात सासूसासरे,

त्यांच्या सर्व आवडीनिवडी. तरी बरं, तुषार आता मोठा झाला आहे. त्याच्याकडे फार लक्ष द्यावे लागत नाही. हे सारे माधवला कसे समजत नाही, कोण जाणे!' नीराने आपले लिखाण आवरते घेतले मंजूजवळ झोपून गेली.

लहानपण खेड्यात गेल्याने नीराला शिक्षणासाठी शहरात यावे लागले. वडिलांनी मुलींना पदवीधर केले. पण कायम घर सोडून शहरात ठेवणे, मुलींना लांब ठेवणे, नोकरीसाठी किंवा करिअरसाठी शहरात एकटे राहणे वडिलांना आवडत नसे. त्यामुळे नीराचे शिक्षण बी. ए. वर थांबले. मग लग्न झाले. नीराची शिक्षणाची इच्छा मनातच राहिली. पुढे तुषार व मंजूचा जन्म, संसारात अधिकाधिक गुरफटणे, सासूसासऱ्यांशी कसलाही वाद न घालता संसार सांभाळणे, सणवार, यांत नीरा इतकी गुंतून गेली की तिला अधिक शिकण्याची इच्छा मनातच ठेवावी लागली.

मंजू पाच वर्षांची झाल्यानंतर तिला शिक्षणाची संधी योगायोगाने मिळाली. नीराने आपली इच्छा माधवला सांगितली. "माधव, मला एम. ए. करायचे आहे. करू का?" नीराने माधवला विचारले.

माधवने आश्चर्याने तिच्याकडे पाहिले, "अगं, कशाला एवढी ओढाताण करतेस? एम.ए. करून काय करणार आहेस?"

नीरा म्हणाली, "पुढे पीएच.डी. पण करायचे आहे!"

तसं माधव चेष्टेने म्हणला, "काय, डॉक्टर पदवी लावायची एवढी इच्छा आहे काय?"

"नाही माधव," नीरा म्हणाली, "मला शिकायचं आहे. मला अभ्यास करायला आवडतो."

"अगं, पण घरातले एवढे व्याप सांभाळून तुझा अभ्यास होणार आहे का?" माधवने विचारले.

नीराला माहीत होते की आपल्या अभ्यासासाठी कोणीही तडजोड करणार नाही. त्यामुळे तिने निर्धाराने सांगितले, "मी सारे काही करीन; फक्त तुझी परवानगी हवी."

तसा माधव म्हणाला, "बघ हं. मी तुला कधीच नाही म्हणत नाही. पण नंतर कुरकुरायचं नाही, माझी ओढाताण होते म्हणून."

आणि नीराने खरंचच कधीही कुरकुर केली नाही. मुलांचा अभ्यास, त्यांची शाळा, त्यांचे डबे, त्यांच्या आवडीनिवडी, सासूसासऱ्यांच्या सर्व आवडी-निवडी— सारं सांभाळून अभ्यास केला. एम. ए. ला तिला पहिला वर्ग मिळाल्यावर

साऱ्यांनी तिचे कौतुक केले. मग पीएच. डी. ची धावपळ. पण सारं जिद्दीने सांभाळून नीराने पीएच. डी. केली.

माधवला तिचे कौतुक होते, पण तिला मदत करणे त्याला जमत नसे. नीराने हे स्वीकारलेच होते की आपल्याला काही आपल्या आवडीचे करायचे असेल तर ते आपणच करायचे. कुणी आपल्याला मदत करील, ही अपेक्षा ठेवायची नाही. त्यामुळे तिने शांतपणे सर्व जबाबदारी पार पाडली होती. पीएच. डी. झाल्यावर तिने वेगवेगळ्या सेमिनारमध्ये भाग घेतला होता. एका कॉलेजमध्ये अर्धवेळ कामही सुरू केले. पण हे करताना घराला कधीच दुय्यम स्थान दिले नाही.

हे सारे करताना नीराची झालेली तारांबळ, मानसिक व शारीरिक ओढाताण घरातील कुणी कधीच लक्षात घेतली नाही. नीराच्या सासूबाईंना ओटा अगदी लखख पुसलेला लागे, सणवार शास्त्रोक्त करावे लागत. नीराने ते सारे अगदी मनापासून केले; पण त्या मानाने तिला घरातून सहकार्य कमीच मिळाले. आताही सेमिनार होणार होता दिल्लीला. सेमिनारची तारीख कोणती ठरतेय, तिला जाता येतंय् की नाही, हे नीराला माहीत नव्हतं. मात्र तिची जाण्याची प्रबळ इच्छा होती.

ठरल्याप्रमाणे दिल्लीहून सेमिनारची तारीख व कार्यक्रमाची पत्रिका आली. सेमिनार आंतरराष्ट्रीय पातळीवरच होता. वेगवेगळ्या प्रांतांचे व देशांचे लोक येणार होते. नीराने घाईघाईने कार्यक्रमपत्रिका उलगडली. तारीख पाहिली आणि कॅलेंडर उलगडले. तसे तिच्या लक्षात आले की, नेमक्या त्याच सुमारास खंडोबाचे नवरात्र आहे. आता आपण काय करावं तेच नीराला समजेना.

माधव घरी आल्यावर नीराने त्याच्यासमोर कार्यक्रमपत्रिका ठेवली. माधवने विचारलं, "अरे वा! आली का कार्यक्रमपत्रिका? जाणार का तुम्ही? आपटेसरही आहेत ना बरोबर? गाडीचं बुकिंग कोण करणार आहे?"

नीराला माधवचा उत्साह पाहून बरे वाटले. ती म्हणाली, "अरे, बाकी सारं ठरलंय आमचं. पण खंडोबाचं नवरात्र नेमकं त्याच वेळी आहे आणि आपल्याकडे तर सर्व अगदी साग्रसंगीत करावं लागतं. सासूबाईंना सगळा देवधर्म व्यवस्थित लागतो. माहीत आहे ना?"

नीराच्या म्हणण्यावर माधवने नेहमीप्रमाणे आपली जबाबदारी झटकली अन् म्हणाला, "ते पहा बाबा तुझं तू. मी काही तुला कधी अडवत नाही." नीराच्या मनात आले, अडवत नाही आणि जबाबदारी घेत नाही. असा कसा

हा? थोडी तरी जबाबादारी घेऊन निर्णय घ्यायला नको का?

नीराने माधवला म्हटले, "अरे, असं कसं म्हणतोस तू? मला जायला हवं."

तसा माधव म्हणाला, "अगदी तसंच काही नाही. पेपर पाठवला आहेसच. वाचलाच पाहिजेस, असं काही नाही."

नीराने वैतागून म्हटले, "अरे, असं कसं? मी काय फक्त पेपर वाचायला म्हणून जात नाही. तिथं अनेक विद्वान लोक भेटतात. चर्चा होते. जगाची ओळख नव्याने होते. हे असं नुसतं डबक्यातल्या बेडकासारखं आयुष्य घालवायचं का? आपणच श्रेष्ठ आहोत, या भ्रमात रहायचं? माधव, तुला माझा स्वभाव माहीत आहे. मी कधी इतर बायकांसारखी साड्यांचा हट्ट धरत नाही की भांड्याकुंड्यांचा. ही ज्ञानाची तहान मात्र मला भागवावीशी वाटते."

माधवने शांतपणे तिचे ऐकले आणि म्हणाला, "अच्छा, म्हणजे आम्हा सर्वांपेक्षा तू ग्रेट तर! आम्ही डबक्यातले बेडूक?"

नीराने कपाळावर हात मारून घेतला. "बाबा रे, तुम्ही नव्हे. माझ्या म्हणण्याचा अर्थ एवढाच की घराबाहेर पडल्याशिवाय आपल्याला जगाचे ज्ञान होत नाही. आणि मला हे सर्व कळत असताना घराच्या ठराविक चौकटीत, ठरावीक पद्धतीत का राहायचं? दर वर्षी मी सर्व देवधर्म, कुलाचार नीट करतेच. या वर्षी मला जायचं आहे, तर तुम्ही सांभाळून घ्या ना."

अखेर हा वाद तोडगा न निघताच थांबला. नीराची घालमेल सुरू होती. घरातील सर्व कामे, कॉलेज, रोजचे रुटीन सुरू होते. अंतर्मनात मात्र खळबळ सुरू होती. सर्वांना दुखवून तिला कोणतीच गोष्टी केलेली आवडत नसे. तरीही आपल्यासाठी कोणीच तडजोड करायला तयार नाही, या कल्पनेने तिची चिडचिड सुरू झाली होती. 'एकत्र कुटुंबात आपण कसलंही भांडण न करता राहतो; पण कुणाला त्याची किंमत नाही. इतर बायका कसं सारं आपल्या मनासारखं करतात.' तिच्या मनात येत होतं.

तिची चिडचिड पाहून माधव म्हणाला, "उगाच चिडचिड करू नकोस. सगळं घर डिस्टर्ब होतं. मुलंही अगदी कानकोंडी होऊन जातात."

नीराच्या मनात आलं, 'वा रे वा! स्वत: कोणताही निर्णय घ्यायचा नाही, कसली जबाबदारी नको अन् त्याबरोबर येणारा वाईटपणाही नकोच याला; आणि मी मात्र चिडचिडसुद्धा करायची नाही. घरातील एकजण तरी म्हणतोय का, की तू जा, आम्ही सर्व सांभाळू!

'एवढे सुशिक्षित आपण. स्त्री-समस्यांवर पेपर लिहितो; पण आपल्याला

मात्र पेपर वाचण्यासाठी दिल्लीला जायचं तर घरातून परवानगी लागते. कसले स्त्रीस्वातंत्र्य आणि कसले काय! इतर स्त्रियांच्या मानाने आपल्याला स्वातंत्र्य मिळते खरे; पण ज्याला मर्यादा आहेत ते कसले स्वातंत्र्य? अर्थात घर सांभाळताना येणाऱ्या जबाबदाऱ्यांचे भान आपल्यालाही आहे. आपण काही ते टाळत नाही. पण म्हणून घरातील इतर लोकांची काहीच जबाबदारी नाही का?'

नीराच्या मनातील घालमेल घरातील इतर कोणाच्या नाही, पण तिच्या सासऱ्यांच्या लक्षात आली. ते जुन्या काळातले आणि पारंपरिक पद्धतीने वागणारे होते, तरी नव्या गोष्टींना त्यांचा विरोध नसे. नीराची शिक्षणाची ओढ त्यांना आवडत असे. तिची सतत काहीतरी करण्याची धडपड त्यांना आवडे.

एके दिवशी दुपारी भाजी निवडायला नीराला मदत करता करता त्यांनी विचारले, ''काय गं, काय ठरलं तुमचं? दिल्लीला जाणार आहेस का?''

तसं नीराच्या डोळ्यांत पाणी आलं. ती तिच्या सासऱ्यांना– बापूंना– म्हणाली, ''पाहा ना! काही ठरतच नाही. नवरात्र आहे ना त्या वेळी घरी! सगळं कोण पाहणार? पुरणावरणाचा स्वयंपाक, भरीत, भाकरी करायची... दिवटी, बुधला उचलायचा... कोण करणार?''

तसे बापू म्हणाले, ''तू जा, आम्ही पाहू सगळं. पोळ्यांची बाई आहे, तिला सांगू करायला आणि नैवेद्याचं म्हणशील, तर दूधसाखरसुद्धा चालते एखाद्या वेळी.''

बापूंचं बोलणं ऐकलं आणि नीराला अगदी देवच धावून आल्यासारखं वाटलं. खरंच किती पट्कन सोडवला आपला प्रश्न बापूंनी! तिला अगदी मोकळं मोकळं वाटू लागलं. मनावरचं केवढंतरी दडपण दूर झालं. बापूंनी परवानगी दिली म्हणजे आता सासूबाईपण कुरकुरणार नाहीत आणि थोडी कुरकुर केली, तर लक्ष द्यायचे नाही.

नीराने दिल्लीला जाण्याचे ठरल्यावर इतर सर्व कामांची आवराआवर करण्यास सुरुवात केली. मुलांना विचारले, ''जाऊ ना बाळांनो?''

तसं मुलंही अगदी शहाण्यासारखी म्हणाली, ''आई, जा तू. आम्ही अगदी व्यवस्थित राहू.''

माधव म्हणाला, ''आता खूष ना?''

तसं नीरा हसून म्हणाली, ''म्हणजे काय? माधव, तुला माहीत आहे, मला घर किती प्रिय आहे. पण एवढे चार दिवस मला मन थोडं घट्ट करायलाच हवं. तू मुलांना सांभाळशील ना?''

तसं माधव म्हणाला, ''माझीही मुलं आहेतच ना ती?''

दिल्लीला जाण्याचा दिवस उजाडला. नीराने बॅग उचलली अन् देवाला, सासूसासऱ्यांना नमस्कार केला. तसं बापूंनी सासूबाईंना सांगितलं. ''दही ठेव तिच्या हातावर!''

हातावरचं दही खाताना नीराला गहिवरून आलं.

बापू म्हणाले, ''सांभाळून जा. इकडची काळजी करू नकोस!''

नीराने मान डोलावली. माधव तिला सोडायला स्टेशनवर आला होता. नीराने माधवला म्हटलं, ''माधव, बापूंमुळे मला जायला मिळतंय हं!''

तसं माधव म्हणाला, ''होय, ते खरंच. पण, त्यामागचा सूत्रधार मीच आहे हं!''

नीराने आश्चर्याने विचारलं, ''आं! आणि मला बोलला नाहीस ते?''

''तुझं डोकं कुठे ठिकाणावर होतं?'' माधव हसून म्हणाला, ''पण ते असलं तरी बापूंची मान्यता महत्त्वाची होती.''

''खरंच, आपण त्यांना जुन्या विचाराचे म्हणून नावं ठेवतो. पण खरंतर ते आपल्यापेक्षाही जास्त हुशार आहेत. निर्णय घेण्याची क्षमता आपल्यापेक्षा त्यांच्याकडे जास्त आहे. आपण उगाच घोळ घालत बसतो.'' नीरा म्हणाली.

गाडीत बसल्यावर नीराला मोकळं, हलकं आणि छान वाटत होतं. तिने डोळे मिटून घेतले आणि अगदी संथ श्वास घेतला. 'स्त्रियांच्या समस्येवर आपण पुन्हा विचार करायला हवा. पेपर पुन्हा नीट वाचायला हवा...' नीराच्या मनात विचार येत होते. आपला सेमिनारचा कार्यक्रम छान होणार आणि पेपरही सर्वांना आवडणार, याबद्दल तिला खात्री होती.

❑❑

आशाताईंनी काचेला नाक लावून बाहेर पाहिलं. बाहेरचे स्वच्छ रस्ते, हिरवळ, दुतर्फा असलेली झाडं आणि सकाळचा कोवळा प्रकाश... किती मनोहर दृश्य आहे हे! आशाताईंच्या मुलाला– संतोषला– तिथे जॉब मिळाला होता. नुकतंच त्याचं लग्नही झालं होतं आणि त्याने चार खोल्यांचं एक दुमजली घर विकतच घेतलं होतं. आपल्या आईवडिलांना त्याने आपल्या नवीन घरात मुद्दाम बोलावून घेतलं होतं. आशाताईंचा जीव नुसता सुखावून गेला होता. अठ्ठावीस तासांच्या प्रवासाचा क्षीण आता उतरला होता आणि आशाताई नव्या नवरीच्या उत्सुकतेने घरभर फिरत होत्या.

आशाताईंच्या मनात आलं, खरंच किती भाग्यवान आहोत आपण! नाही तरी महाराष्ट्रातल्या एका खेड्यात जन्मलेल्या आपण अमेरिकेत कधी येऊ असं स्वप्नातही वाटलं नव्हतं. संतोषने घेतलेल्या घरासारखं घर तर आपण फक्त चित्रातच पाहिलं होतं. ते कौलारू घर, हिरवळ, उंच रंगीबेरंगी झाडं फक्त चित्रातच दाखवतात... अशी इथे प्रत्यक्षात आहेत. आजूबाजूला थोड्या थोड्या अंतरावर अशीच घरं आणि बागा दिसतायत. सगळं कसं सुंदर आणि आल्हादायक! माणसंच राहतायत ना इथं, की स्वर्गात आहोत आपण? आशाताईंच्या मनात आलं. त्यांनी स्वत:ला चिमटाच काढून बघितला. खरंच जागेच आहोत ना आपण, की स्वप्नात? आशाताईंना वाटलं, आता आपली आपल्यालाच दृष्ट लागेल. बाई बाई, इथे दृष्ट काढणेही शक्य नाही. नाहीतर आल्या आल्या आपल्या बाळाची– संतोषची– दृष्टच काढून टाकली असती! पण संतोष म्हणतो, इथे घरात धूर झालेला चालत नाही. लगेच धोक्याची घंटा वाजू लागले आणि आगीचे बंबवाले येतील. जाऊ दे झालं. निदान रामरक्षा म्हणून अंगारा तरी लावू संतोषला.

"आई, अगं, कसल्या विचारात गढलीस इतकी? का बाहेर काही वेगळं दिसतंय तुला?" संतोषच्या हाकेने आशाताई विचारातून जाग्या झाल्या आणि मान वळवून त्यांनी संतोषकडे प्रश्नार्थक नजरेनं बघितलं. तसं संतोष म्हणाला, "अगं आई, तुलाच विचारतोय मी. इतक्या कसल्या विचारात गढली होतीस तू?" संतोषच्या या बोलण्यावर आशाताई फक्त हसल्या आणि म्हणाल्या, "हे काय, तू कुठे बाहेर

चाललायस का?'' तसा संतोष म्हणाला, ''म्हणजे काय आई? अगं, मला ऑफिस नाही का? ब्रेकफास्ट करून ऑफिसमध्ये जातो. रात्री आलो की निवांत बोलू आपण.''

''जा रे बाबा, निवांतपणे जा. गाडी जोरात चालवू नकोस आणि आमची काळजी करू नकोस. घरात सूनबाई आहेच. तिला सांगू आम्ही, आम्हाला काय हवं-नको ते.'' आशाताई म्हणाल्या. तसं संतोष मनापासून हसला आणि म्हणाला, ''आता कसं अगदी आपल्या पुण्यातल्या घरात असल्यासारखं वाटलं.''

तेवढ्यात संतोषची पत्नी सरिताने ब्रेकफास्ट तयार असल्याची सूचना दिली आणि मग आशाताई, त्यांचे पती अशोकराव, संतोष आणि सरिता चौघांनीही हसतखेळत ब्रेकफास्ट उरकला. संतोष ऑफिसमध्ये गेला आणि सरिताने आशाताई व अशोकरावांना त्यांचे अमेरिकेत काढलेले फोटो बघण्यासाठी आणून दिले. फोटो देता देता सरिता म्हणाली, ''सासूबाई, मी जरा मार्केटमध्ये जाऊन खरेदी करते हं. तुम्ही निवांत फोटो पाहत बसा.'' सरिता मार्केटमध्ये गेली, तशा आशाताई म्हणाल्या, ''चांगली वागते नाही सरिता आपल्याशी? हल्लीच्या मुलींसारखी नाही.'' यावर अशोकराव हसून म्हणाले, ''तुम्हाला पटलीय ना, मग झकास झालं. मला काही त्यातलं कळत नाही.''

दोन महिन्यांत आशाताई व अशोकराव अमेरिकेत चांगलेच रमले. संतोषला शनिवार-रविवार सुट्टी असे; त्या वेळी सर्वजण बाहेर फिरायला जात. संतोषने जवळजवळ सर्व अमेरिका आपल्या आईवडिलांना दाखविली. त्यांच्यासाठी नवीन खरेदी केली. एकूण, सर्व दिवस अगदी मजेत गेले. नव्या सुनेची आशाताईंना हळूहळू सवय होऊ लागली. सरिता त्यांची आवडनिवड जपत होती. आशाताईंना वाटलं, आजपर्यंत कष्टाने काटकसरीने संसार केला. नवऱ्याच्या पगारातील शिल्लक टाकून पैसे जमविले. खाण्यापिण्यास कधी कमी पडले नाही, पण उधळमाधळही केली नाही. हौसमौज मनातच ठेवली... पण आता सर्व कष्टाची जणू भरपाई झाली. संतोष सॉफ्टवेअर इंजिनिअर झाला. त्याला हुशारीच्या जोरावर अमेरिकेत चांगली नोकरी मिळाली. सरिताही इंजिनिअर आहे. तीही नोकरी करील. चांगला पगार, चांगलं राहणीमान यापेक्षा आणखीन काय हवं असतं? आता मुलगा आणि सून काही सतत आपल्याजवळ राहणार नाहीत; पण आपण तरी कुठे सासू-सासऱ्यांजवळ राहिलो? फिरतीची नोकरी असल्याने बदली होईल त्या ठिकाणी जावंच लागलं. एवढासा होता संतोष, आपण पुण्यात बदली होऊन आलो तेव्हा. आता मोठा होऊन आपल्या घरापासून हजारो मैल

दूर राहतोय्. तशी आपण सामान्य माणसं. आपल्या इच्छा-आकांक्षाही मर्यादित; पण आपण जन्मभर नोकरी करून जेवढे पैसे शिल्लक टाकतो तेवढा पैसा ही तरुण मुलं चार-पाच वर्षांत मिळवताय्. आपलं घरटं चिमणीचं, पण ही चिऊताईची पिल्लं पार दूरदेशी पोचलीत.

भारतात परत येताना आशाताईंचं पाऊल अगदी जड झालं होतं. संतोष व सरिताला शंभर वेळा सूचना देऊन झाल्या. सरिताला संतोषच्या जेवणाखाण्याची काळजी घेण्यास सांगितलं. अशोकराव व संतोष आशाताईंना हसत होते, पण आशाताई म्हणाल्या, ''नाही कळणार तुम्हाला आईचं मन!'' अखेर आशाताई व अशोकराव भारतात परत आले. दोघांचं रिटायरमेंटचं आयुष्य सुरू झालं. घर भारतात पण मन मात्र अमेरिकेत संतोषजवळ, असे दिवस चालले होते. अशीच दोन-तीन वर्षे उलटली. संतोष-सरिता एकदोनदा भारतात येऊन गेले. ते आले की आशाताईंना अगदी वेळ पुरत नसे. संतोषची मित्रमंडळी, नातेवाईक येत. संतोषला जातानाचे देण्याचे पदार्थ करण्यात महिना कसा निघून जाई तेच कळत नसे. भरल्या डोळ्यांनी आशाताई संतोषला निरोप देत.

•

एक दिवस संतोषचा फोन आला, की आशाताई आजी बनणार आहेत. आशाताईंच्या जीवनात सोनेरी दिवस आले. त्यांना इतका आनंद झाला की आता बाळासाठी काय करू आणि काय नको, असे त्यांना होऊन गेले. किती सुरकी, टोपडी, दुपटी शिवावीत, असे त्यांना होऊन गेले. पण संतोषने सांगितले की, आई, तू उगीच सुरकी-दुपटी शिवण्याचे कष्ट घेऊ नकोस; इथे काही दुपटी लागत नाहीत. आशाताईंचे मन नाराज झाले. काय हे? सुरकी-टोपडी नाहीत, बाळंतविडा नाही! हे कसलं बाळंतपण? बाळाचं नावसुद्धा आधीच ठरवायचं म्हणे! आशाताईंना एकीकडे आनंद वाटत होता, तर एकीकडे रुखरुख. सारं काही दुरून. ना बाळंतपणाची गडबड, ना काही. सरिताची आई बाळंतपणासाठी अमेरिकेत जाणार होती. आशाताईंनी मनाला समजावलं, जाऊ देत. सर्व काही सुरळीत पार पडलं म्हणजे झालं.

एक दिवस संतोषचा फोन आला, आशाताईंना नातू झाला होता. आशाताईंनी देवापुढे पेढे ठेवले. मैत्रिणींना, नातेवाइकांना पेढे वाटले. नातवाला कधी एकदा पाहू, असे त्यांना झाले. संतोषने आशाताईंना बाळाचे जन्मापासूनचे फोटो

पाठवून दिले. आशाताई म्हणाल्या, ‘‘फोटो पाहून काही समाधान होत नाही हो! कधी एकदा बाळराजाला पाहतेय् असं झालंय!’’

सरिताची आई परत आल्यावर आशाताई व अशोकराव पुन्हा अमेरिकेत आले. आता संतोषच्या घराचे रूप पालटले होते. सर्वजण बाळाच्या देखभालीत गर्क असत. आशाताईंनी आल्याआल्या बाळाचा चार्ज आपल्याकडे घेतला. सरितानेही काही कुरकुर केली नाही. बाळाला दृष्टीचे गाणे म्हणणे, झोपवणे, खायला घालणे, यात दिवस कसा निघून जाई, तेही कळत नसे. आशाताईंना खरंतर अंगडी, टोपडी, वाळे, जिवती, सारं काही बाळाला घालायचं होतं. पण संतोष म्हणाला, ‘‘नको गं आई, तुझी होते हौस; पण बाळाला टोचतंय ना. आणि काजळही नको बरं का. घुटीबिटी घालू नकोस. इथल्या डॉक्टरांनी दिलीयेत् सर्व औषधं.’’

आशाताईंचं मन पुन्हा खट्टू झालं. सारंकाही बदलत चाललंय. हा बदल अगदी नकळत होतोय, पण होतोय आणि आपल्याला तो स्वीकारायला हवा. आपले रीतिरिवाज, संस्कार आपल्या मनावर अनेक वर्षं रुजलेले आहेत, पण तेच आता बदलावे लागणार. आपल्या मुलाचं राहणीमान, त्यांच्या कल्पना, विचार यांच्याशी जुळवून घेताना आशाताईंच्या मनाची ओढाताण होत होती. संतोष आता ग्रीनकार्डही काढणार होता. आशाताईंचं मन धसकलं. म्हणजे, हा आता इथेच स्थायिक होतोय की काय?

त्यांनी आपली चिंता अशोकरावांजवळ बोलून दाखविली. अशोकराव म्हणजे ‘सुखदुःखे समेकृत्वा’ या वृत्तीचे. आशाताईंची उलघाल काही त्यांना समजत नसे. त्यांनी आपली त्यांच्या पद्धतीने समजूत घातली, ‘‘हे बघ, नाही आला भारतात तर काय, म्हणून आतापासून सुरू नको. त्याची प्रगती होतेय, यातच समाधान मानायचं. आणि हे बघ, आपण तरी पुण्यात आल्यावर पुन्हा आपल्या खेड्याकडे कुठे वळून बघितलं? त्याचीच पुनरावृत्ती होतेय म्हणायचं.’’

आपलं काय चुकतंय हेच आशाताईंना समजत नसे. मग त्या नातवाला– राहुलला– मांडीवर घेऊन बसत आणि गोष्ट सांगायला सुरुवात करीत. ‘‘बरं का रे गुंड्या, एक असते चिऊताई आणि एक असतो कावळेदादा. चिऊताईचं घर असतं मेणाचं...’’ आशाताईंनी गोष्ट सांगायला सुरुवात केली, की संतोष हसून म्हणे, ‘‘आई, अगं, गोष्ट बदल आता. मी लहान असताना तू मला हीच गोष्ट सांगत होतीस, पण तेव्हा आपल्या अंगणात निदान चिमण्या आणि कावळे येत तरी होते; आता चिमणी आणि कावळासुद्धा दुर्मीळ झालेत!’’ आशाताई म्हणायच्या,

''अरे, नसू देत चिमणी नि कावळा; पण गोष्टीत दाखविलेल्या भावना मात्र त्याच आहेत अजून, आणि प्रत्येक पिढी ही गोष्ट पुढच्या पिढीला सांगेल, बरं का?''

खरंतर आशाताईंना म्हणायचं होतं की, अरे, माझ्याच भावना मी या गोष्टीतून सांगते. ही चिऊताईची गोष्ट ऐकूनतरी तुला तुझं बालपण आठवेल आणि पुन्हा आपल्या घरी, आपल्या मातृभूमीला येण्याचा तू विचार करशील. पण पुन्हा आशाताईंच्या मनात शंकेचं मोहोळ उठे. कुणास ठाऊक, या पिढीला आपले विचार, आपल्या भावना समजतील की नाही? आपली हाक त्यांच्यापर्यंत पोचेल की नाही? इथे सुखाच्या राशीवर लोळत असताना त्यांच्या मनाला, आणि बुद्धीलाही बधिरता न येवो म्हणजे मिळवलं.

आशाताईंना वाटे, आपण समुद्राच्या एका तटावर उभे आहोत आणि दुसऱ्या तटावर ही तरुण पिढी उभी आहे. आपण कितीही जिवाच्या आकांताने हाक मारली तरी त्यांच्यापर्यंत पोचेलच असे नाही. आशाताईंच्या मनात तरीही एक अंधूक आशा जागी होती. आपलं घरटं चिमणीचं असलं तरी मेणाचं आहे; ते असं सहजासहजी तुटणार नाही. एक ना एक दिवस आपली पिलं आपल्या घरट्यात विसाव्यासाठी येतीलच. या विचारासरशी त्यांना पुन्हा नवीन उत्साह वाटे अन् त्या आपल्या गोष्टीत रंगून जात, ''एकदा काय झालं...''

❑❑

"मालतीऽ मालूऽऽ मालेऽऽऽ" दारावर जोरजोरात खडखडवण्याचा आवाज आणि हाकांनी नुकतीच झोप येऊ लागलेली मालती जागी झाली. क्षणभर तिला कळेचना की आपण कुठे आहोत, आपल्या नावानं कोण हाक मारतंय. कित्येक दिवसांत या नावानं तिला कुणी हाकच मारली नव्हती. अचानक आज कोण हाक मारतंय? अन् तेही रात्रीच्या वेळी. भासबिस तर नाही ना होत आपल्याला? आवाज तर ओळखीचा वाटतोय्. कित्येक वर्षांपूर्वी कुणीतरी प्रेमाने याच नावाने हाक मारत होतं. पण ती व्यक्ती तर आता आपल्या स्मृतिपटलावरून नाहीशी होत आलीय्.

मालतीने पुन्हा कानोसा घेतला. खरंच कोणीतरी दरवाजावर थाप मारतंय्. तिने घड्याळात पाहिलं, रात्रीचे ११।। वाजून गेले होते. अमोल नुकताच कामावरून परत आला होता व जेवून गाढ झोपला होता. मालतीने पुन्हा एकदा स्वत:ची खात्री करून घेतली. बाहेर कोणीतरी हाक मारतंय्! तिने घाईघाईने अमोलला उठवले. "अमोल, बघ रे, बाहेर कोणीतरी आलंय् अन् दार वाजवतंय्." गाढ झोपलेल्या अमोलला उठायला जरा वेळच लागला, पण तोवर मालतीचा जीव खालीवर झाला. आपल्याला आलेली शंका खरी ठरली तर? तिचा जीव नुसता कासावीस होऊन गेला. घशाला कोरड पडली होती. हातपाय गार होत होते.

अमोलने सावकाश उठत घड्याळाकडे पाहिले अन् डोळे चोळत मालतीला म्हणाला, "आई, लोकांना तर काही पाचपेचच नसतो. आता रात्रीच्या वेळी कोण आलंय?"

"बघ बाबा! मी तरी त्यासाठी उठवलं ना तुला?" मालती म्हणाली, तसं उठून अंगात शर्ट चढवत अमोलने मोठ्यांदा विचारलं, "कोण आहे?"

बाहेरची व्यक्ती क्षणभर स्तब्ध झाली अन् परत आवाज आला, "मालू, मी आलोय्... दार उघड ना!"

आता मात्र मालतीची खात्रीच झाली. तिने घाईघाईने दार उघडलं अन् समोरच्या व्यक्तीला बघून तिची जीभ टाळ्यालाच चिकटली. तिची शंका खरी होती. अनेक वर्षांपूर्वी परागंदा झालेला तिचा नवरा अविनाश आज अचानक दारात उभा होता. एवढ्यात, घरात काय

गडबड चाललीय हे पाहण्यासाठी झोपलेली आरतीपण उठून बाहेर आली. ‘‘दादा, काय झालंय रे? कोण आलंय?’’ आरतीने विचारले.

तसं तिच्या आवाजाने मागे वळून बघत मालती आपल्या दोन्ही मुलांजवळ आली अन् त्यांचे हात घट्ट पकडत हळू आवाजात म्हणाली, ‘‘तुमचे बाबा.’’

‘‘काय?’’ क्षणभर दोघांनाही समजेना, काय बोलावं ते. दारात उभी असलेली व्यक्ती आपले बाबा? लहानपणी पाहिलेल्या बाबांची अंधूक छबी डोळ्यांसमोर होती. पण ती आणि समोरची व्यक्ती यांत बरंच अंतर होतं.

‘‘बाळांनो, मीच आहे रे तुमचा बाबा. ओळखलं नाहीत ना मला? कसं ओळखणार म्हणा? मी पुरता बदलून गेलोय. या दाढीमिशा, डोक्याला टक्कल... तुम्ही ओळखणारच नाही मला. पण तरीही मी तुमचा बापच आहे, बरं का!’’ बोलत बोलत अविनाश पुढे आला.

आता मात्र मालतीला रडू आवरणं अशक्य झालं. तिला रडताना पाहून आरतीने आपल्या आईला जवळ घेतलं. ‘‘आई, रडू नकोस. बाबा परत आले आहेत... पण आता आपण काय करायचं?’’

मालती, अमोल, आरती सर्वांपुढे हाच प्रश्न होता. आता काय करायचं? दहा वर्षांपूर्वी मागचापुढचा कसलाही विचार न करता मालतीला व मुलांना अनाथ करून गेलेला, वाऱ्यावर सोडून गेलेला हा माणूस आता सर्व स्थिरस्थावर झाल्यावर परत आला होता आणि घरावर आपला हक्क अजमावू पाहत होता. घ्यायचं का याला घरात? मालतीच्या मनात आलं, द्यावं हाकलून. आता काय उपयोग आहे येऊन? घरातून निघून जाताना केला का विचार याने आपला? मग आता आपण याचा विचार का करायचा? पण तसं होणार नव्हतं. ती सासूला दिलेल्या वचनाने बांधली होती.

अविनाशची आई अखेरपर्यंत तिच्याजवळ होती. या जगाचा निरोप घेताना तिने मालतीकडून वचन घेतलं होतं. मालतीचा खंबीर, सत्यवचनी व निर्भय स्वभाव तिच्या चांगल्याच माहितीचा होता. म्हणूनच ती म्हणाली होती, ‘‘बये, माझ्या माघारी अवी आला, तर त्याला सांभाळ. पत्नी म्हणून नाही, पण आई म्हणून तरी सांभाळ.’’ मालतीने तिला तसं वचन दिलं होतं.

मालतीने डोळे पुसले अन् नवऱ्याकडे पाहत म्हणाली, ‘‘आता कसे काय आला आहात? अन् कुठून आलात? मला तुमच्याकडून सर्व सविस्तर अन् खरी उत्तरं हवीत; तरच या घरात तुमच्यासाठी जागा आहे.’’

मालतीच्या या रूपाकडे अविनाशने अचंब्याने पाहिले. त्याच्या लक्षात

आले, इतक्या वर्षांत आपण यांचा विचारच केला नव्हता. फक्त कोर्ट-कचेऱ्या व शिक्षा टाळण्यासाठी आपण घरातून निघून गेलो. जाताना आपल्या बायकोलाही विश्वासात घेतलं नव्हतं. जवळ होते त्या पैशातून कर्नाटकात आपल्या गावी जाऊन राहिलो. त्या खेडेगावात राहायला फारसा खर्च नव्हताच. गावातल्या काही ओळखीच्या लोकांनी घर दिलं अन् कामासाठी थोडी मदत केली. पोटाचा प्रश्न सुटला, म्हणून आपण निश्चिंत झालो खरे; पण खुशालीचे एक साधे पत्रही बायकोला पाठविले नाही. त्या पत्राच्या आधारे आपला ठावठिकाणा लागला असता अन् पुन्हा पोलिसांच्या ससेमिरा! लज्जित होत खाली मान घालून अविनाश म्हणाला, "सांगतो सगळं... पण मला आधी हातपाय तर धुऊ देत."

अविनाश घरात आला अन् त्या घरातलं सगळं वातावरणच बदलून गेलं. अविनाशने थोडक्यात, पण खरीखुरी माहिती सांगितली खरी; पण मालती, अमोल अन् आरतीच्या मनात पुन्हा स्वत:साठी जागा करणे किती अवघड आहे हे त्याच्या एकदोन दिवसांतच लक्षात आलं. अन् मालती? तिचं तर डोकंच काम करत नव्हतं. काहीच सुचेना तिला. काय करावं? कसं वागावं? दहा वर्षांपूर्वीचे जग पुन्हा डोळ्यांसमोर येत होतं.

●

"मालतीऽ मालूऽऽ" अगदी अशीच हाक मारायचा अविनाश ऑफिसमधून आल्यावर. किती हसरं-खेळतं घर होतं आपलं! देवानं जणू स्वर्गसुखच समोर ठेवलंय असं वाटायचं. प्रेम करणारा नवरा अन् दोन लहान मुलं. अविनाशने कधी नवरेशाही नाही गाजवली, पण तरी त्याचा निर्णय न घेण्याचा व भावनेच्या आहारी जाण्याचा स्वभाव तिला खटकायचा. पण मोठेपणाने स्वत: सर्व सांभाळावं एवढा अनुभवीपणा तिच्यात तरी कुठं होता? आईवडील लहानपणीच गेले अन् मोठ्या बहिणीने स्वत: लग्न न करता तिला सांभाळले. अगदी शक्य तेवढे सगळे लाड केले. तिची मोठी बहीण मनोरमा जणू तिची आईच बनली. त्या दोघीच्या वयातलं अंतरही १० वर्षांचं असल्याने मनूताई तिला आईसारखीच वाटे. शिक्षण पूर्ण झालं अन् अविनाशचं स्थळ शेजारच्या काकांनी आणलं, तसा मनूताईला किती आनंद झाला! फारशी यातायात न करता मालतीचं लग्न झालं. तिच्यावर प्रथमच घराची जबाबदारी पडत होती. अविनाश रोज नव्या वस्तू घरात आणतो, नवीन साड्या घेतो, याचं तिला कौतुकच वाटे. एवढे पैसे कुठून

आणतो अन् पगारातल्या पैशापेक्षा हा पैसा वरचा आहे हे तिच्या लक्षातच आलं नाही. एक दिवस पोलिसांनी दार ठोठावलं. दार उघडताच दारात पोलीस पाहिल्यावर मालती गोंधळूनच गेली. पोलीस कसे? का? तिने आश्चर्याने पाहिले. ''अविनाश काटकर आहे का घरात?'' पोलिसांनी विचारलं अन् सरळ घरातच घुसले. मालतीवर प्रथमच आलेला हा प्रसंग. पण प्रसंगावधान राखून तिने विचारले, ''ते घरात नाहीत, पण आपलं काय काम आहे?''

''बाई, तुमच्या नवऱ्यावर अफरातफरीचा आरोप आहे. ऑफिसमधून त्यांनी बरेच पैसे उचललेत. त्यांच्या साहेबांनी– भडकमकरसाहेबांनी– तशी तक्रार केलीय् आमच्याकडे.''

मालतीला चक्करच आली हे ऐकून. अरे देवा, हे काय ऐकतेय मी! कशीबशी ती म्हणाली, ''साहेब, मला काहीच माहीत नाही. पण कृपा करून तुम्ही आत्ता काही पावलं उचलू नका. मी यांच्याशी बोलते अन् स्वत: त्यांना तुमच्याकडे घेऊन येते. एवढी कृपा करा माझ्यावर.''

कसं कोण जाणे, पण पोलिसांनी तिच्याकडे व तिच्या दोन मुलांकडे पाहत माघार घेतली अन् निघून गेले.

मालतीचे डोळे आता चांगलेच उघडले. हा येत असलेला पैसा असा गैरमार्गाने होता तर! त्या काही क्षणांनीच तिला खूप शहाणं केलं. किती रात्री तिने रडून काढल्या. नवऱ्याचा तर पत्ताच नव्हता घरात. साधी बोटभर चिठ्ठीसुद्धा सापडली नाही.

तिने आपल्या मनूताईकडे धाव घेतली. दोघींनी मिळून अविनाशच्या साहेबांना समजावलं, ''साहेब, माफ करा. तुमचं किती देणं असेल, ते कसंही करून फेडीन मी. पण खटला मागं घ्या. मुदत द्या मला सहा महिन्यांची.'' मालतीने साहेबांचे पायच धरले. ''ठीक आहे बाई, पण तुम्हाला एवढे पैसे देणे जमणार आहे का?''

''पोटाला नाही मिळालं तरी चालेल, वाटेल ते कष्ट करेन मी; पण पैसे फेडीन.'' मालतीचा करारी चेहरा पाहून साहेबही चकित झाले. मग ज्या घराला तिने आपलं मानलं होतं, जिथे तिला स्वर्गच आहे असं भासत होतं, ते घर, घरातली भांडीकुंडी, दागदागिने सर्व विकून तिने साहेबांना पैसे परत केले. अंगावरचे कपडे अन् मुलांना घेऊन बहिणीकडे राहावयास आल्यानंतर तिला समजत नव्हतं की देवाने अशी दुर्दशा का केली आपली? नवऱ्याचा तर पत्ताच नाही. बाहेर लोकांचे रोखलेले डोळे, त्यातल्या शंका अन् लहान-लहान मुलं...

कसं होणार आपलं आता?

"मनूताई, कशासाठी जगू मी आता?" ती वारंवार विचारत होती अन् मनोरमा तिला सारखं बजावत होती, "तुझ्यासाठी नाही, आता मुलांसाठी जगायचं. देवाने दिलं तेवढं सुख होतं असं मानायचं. तो देवच तारेल, असा विश्वास धरायचा. तू लहान असताना मला तरी कोण होतं? मी नाही का तुला सांभाळलं?"

मनोरमाने आपल्या बोलण्याने मालतीचा कायापालटच केला जणू! एका खंबीर, करारी स्त्रीत मालतीचं रूपांतर होऊ लागलं. कोणत्याही लहानसहान कामाला तुच्छ न मानता जे जे काम मिळेल, ते ते केलं. कधी धुणी-भांडी, कधी स्वयंपाकपाणी, तर कधी हॉस्पिटलमधले रिसेप्शनिस्टचे काम. मुलं हळूहळू मोठी होत होती. मालतीने मुलांना मात्र फार काळजीपूर्वक वाढवलं. त्यांच्यावर संस्कार करताना तिने मुलांचे फालतू लाड कधीच केले नाहीत. परिस्थितीचे भान ठेवून वागायला शिकवलं अन् जबाबदारीची जाणीवही दिली. कष्टाच्या पैशाचं महत्त्व तिला अन् मुलांनाही फारच चांगलं समजलेलं होतं.

काही दिवसांनी मालतीने एक छोटं दोन खोल्यांचं घर घेतलं अन् अविनाशची आई एक दिवस कर्नाटकातून तिच्याकडे आली. तिला कुणाकडून तरी अविनाशची माहिती कळाली होती. नातवांच्या अन् सुनेच्या ओढीने ती म्हातारी असूनही कर्नाटकातल्या खेड्यातलं आपलं घर विकून आली होती. सासूला बघताच मालती तिच्या गळ्यात पडून कितीतरी रडली होती. सासूने तिला समजावलं अन् सांगितलं, "तो मूर्ख गेला निघून... पण काळजी करू नकोस, मी आहे तुझ्या पाठीशी. मी घरात थांबेन. आता नाही जात गावी. तू मुलांना माझ्यावर सोपवून निश्चिंत होऊन बाहेर जात जा."

सासू आल्याने मालतीला खूपच आधार मिळाला होता. आता जरा बरे दिवस दिसू लागले होते. मालती मनाने खूपच सावरली होती. आपल्याला काहीच न कळवल्याबद्दल सासू मालतीला कितीतरी रागावली. "त्यानं नाही, तू तरी कळवायचंस मला!"

"सासूबाई, कोणत्या तोंडाने तुम्हाला कळवणार होते मी?" मालतीने विचारले.

"अगं, तुझ्या अडचणीला मदत नसती का केली मी?"

"आता करा मदत." मालती उतरली. "अन् मागचं काही विचारू नका मला. पैसे फेडताना केलेले अपरंपार कष्ट अन् मानहानी परत परत आठवायची नाहीय मला. तुमचा मुलगा तो; मला वाटलं होतं, तुमच्याकडे आला असेल."

"नाही गं, माझ्याकडे आला असता, तर कान धरून नसतं का आणलं त्याला इथं?" सासूने सांगितले, "कर्मच आपलं खोटं, दुसरं काय म्हणायचं! सोन्यासारखी बायको अन् मुलं दिली देवाने, तर अशी बुद्धी फिरली त्याची." सासू कपाळाला हात लावत पुटपुटली.

पण हा सासूचा आधारही मालतीच्या नशिबात फार काळ नव्हता. आधीच थकलेलं तिचं शरीर, मुलाच्या या अशा वागण्याने आणखीनच खचली ती बाई. मालतीला सावरता-सावरता एक दिवस स्वत:च कोसळली. जाताना मात्र तिने मालतीकडून वचन घेतलं होतं– नवरा परत आला, तर त्याला घरात घेण्याचं.

सासू गेली अन् काही दिवसांनी मनोरमा पण हे जग सोडून गेली. आता मालती अन् तिची मुलं, एवढंच तिचं विश्व झालं होतं. या विश्वाला हादरा देणारा साक्षात् तिचा नवराच होता. मालतीला तिचे मागचे दिवस आठवत होते. नवरा न सांगता निघून गेल्यावर बसलेला धक्का पचवण्यास तिला बराच काळ लागला होता. अनेक रात्री रडताना ती स्वत:लाच विचारीत होती की हे सारं घडेपर्यंत आपण काय झोपलो होतो का? आपली बुद्धी काहीच काम करत नव्हती? कशाची भूल पडली आपल्याला? पैशाची? सुखाची? का नाही आपल्या लक्षात आलं नवऱ्याचं बेहिशेबी वागणं?

●

"मालू, चहा दे ना एक कप–" अविनाशच्या बोलण्याने मालती भानावर आली. 'खरंच, चहा ठेवलाय आपण गॅसवर, पण लक्षच नाही आपलं!' मालती स्वत:शीच पुटपुटली. गेले दोन दिवस असंच चाललं होतं तिचं. नवऱ्याला घरात घेतलंय खरं, पण मुलं सामावून घेतील का त्याला?–हा प्रश्न तिच्या मनात सतत घोळत होता. चहा गाळून अविनाशच्या हातात देताना तिच्या लक्षात आलं की, अविनाशची तब्येत बरीच खालावली होती.

"कुठे राहत होतात तुम्ही कर्नाटकात? आई राहत होत्या, त्याच गावात ना? मग तुमची आणि आईची गाठ कशी नाही पडली?" तिने चहा देता-देता अविनाशला विचारलं. "आई तुझ्याकडे आली अन् मी गावी गेलो." अविनाशने मोघम उत्तर दिलं!

"आता काय करायचा विचार आहे तुमचा?" –मालतीचा प्रश्न.

"बघू–"

"बघू वगैरे चालणार नाही. आपल्या घरात प्रत्येकजण काम करतोय. मी तुम्हाला लगेच काम करा म्हणत नाही, पण तुम्हाला या घरात फक्त मुलांचे बाबा म्हणूनच राहता येईल; माझे पती म्हणून नव्हे." तिच्या या वाक्याने अविनाश अवाक् झाला.

"म्हणजे काय मालती, तू आपलं नातं मानत नाहीस का?"

"मानते, नातं मानते. पण ज्या दिवशी तुम्ही मला न सांगता घरातून निघून गेलात त्याच दिवशी खरंतर आपलं नातं संपलं. मी मात्र अजूनही ते घट्ट धरून ठेवलं आहे. एकटं राहण्याची मला आता सवय झाली आहे." मालती बोलत होती, पण याव्यतिरिक्त तिच्या मनात असलेला गोंधळ तिच्या चेहऱ्यावर स्पष्ट दिसत होता. अविनाशबद्दल लोकांना काय सांगायचं याची अजून स्पष्ट कल्पना तिला येत नव्हती.

"मालती, तू एकटी पडलीस, तसा मीही एकटा पडलोय गं. माझ्या एका चुकीने आपलं सगळं घर उद्ध्वस्त झालं, याची जाणीव आहे मला. पण मला वेळ दे यातून सावरायला. तू माझ्यापेक्षा जास्त शहाणी ठरलीस. मोठ्या जबाबदारीने स्वत:ला व घराला सावरलंस. पण मलाही जरा संधी दे. मी प्रयत्न करीन, पुन्हा कामाला लागेन." अविनाश अजीजीने म्हणाला.

"ठीक आहे." मालतीने एक सुस्कारा टाकला अन् ती कामाला लागली. दोन दिवसांची रजा पडली होती, आता पुन्हा कामाला जायचं होतं. मुलं केव्हाच आपापल्या उद्योगाला गेली होती.

संध्याकाळी घरी आल्यावर अमोलने विचारले, "बाबा, आपल्या सोसायटीत वॉचमनचं काम आहे; करणार का?"

"मी चांगला शिकलेलो आहे. अकाउंटची वगैरे काम असतील, तर करीन. वॉचमनच्या कामाबद्दल कशाला विचारतोस?" अविनाश चिडून म्हणाला.

"पण तुमच्यावर विश्वास ठेवायला हवाय ना लोकांनी?" अमोलने म्हटलं, तसा अविनाश मान खाली घालून दुसऱ्या खोलीत निघून गेला.

खरंच... गेलेला पैसा परत मिळविता येईल, पण गमावलेला विश्वास कसा परत मिळवणार? अविनाशला त्याचं मन चांगलंच खडसावत होतं. गावात राहून पोटापाण्याचा व्यवसाय करताना फक्त आपण आपली सुरक्षितता बघितली. पुन्हा जावं का तिकडेच? इथे नाही राहता येणार फार काळ. आपण आपल्या कुटुंबातलं स्थान नाही मिळवू शकणार परत. आता या मुलांचे आई आणि बाबा दोन्ही मालतीच आहे. मालतीचा नवरा म्हणून तरी कुठे स्थान आहे आपल्याला?

आपण अगदी खऱ्या अर्थाने कफल्लक झालो आहोत. तेव्हाच धीर करून आलेल्या प्रसंगाला तोंड दिलं असतं, तर ही वेळ नसती आली आपल्यावर... अविनाश विचार करत होता.

संध्याकाळची वेळ हळूहळू पुढे सरकत होती. घरात देवापुढे दिवा लावून मालती कसलंसं स्तोत्र वाचत होती. अविनाशने आपली कपडे भरलेली बॅग उचलली अन् मालतीपुढे येत तो म्हणाला, "मालती, येतो मी." मालतीने पुस्तकातून नजर वर उचलली अन् आश्चर्याने विचारले "हे काय, आत्ता तिन्हीसांजेला कुठं चाललात?"

"माझ्या चुकांचं प्रायश्चित्त घ्यायला."

"अविनाश–?" न कळून मालतीने त्याच्याकडे पाहिलं.

"गावी जातो मालती मी परत. इथे राहून कष्ट करणं अवघड वाटतंय मला. कुणी विश्वास ठेवणार नाही. विश्वास ठेवेपर्यंत बराच काळ जाईल. तोवर धीर धरणं नाही जमणार मला. त्यापेक्षा गावी जातो. तुमच्या वागणुकीने मला बरंच काही शिकवलंय. कष्ट करतो तिथे. प्रामाणिकपणे मिळवलेल्या पैशाने घर आणि जमीन घेतो अन् मग उजळ माथ्याने तुला व मुलांना तिकडे बोलावतो. आजवर चुकलो असेन मी; पण वाईट नाही नक्कीच. तुला मान खाली घालावी लागेल असं वागणार नाही आता."

मालतीने डोळे पुसत देवापुढे वाकून नमस्कार केला अन् कासावीस होऊन नवऱ्याकडे पाहत म्हणाली, "पण आज... आत्ता कशाला जाताय्? सकाळी जा ना!"

"आता अडवू नकोस मला. मलाही घर सोडून जाताना जिवावर येतंय. पण मोठ्या निग्रहाने मी जातोय. खूप विचार करून निर्णय घेतलाय मी." अविनाश म्हणाला.

"खुशाली कळवणार ना!"–मालती.

"अर्थातच. पण म्हातारपणी तुला अन् मला अभिमानाने राहता येईल असं घर झाल्याशिवाय येणार मात्र नाही मी. तोपर्यंत पुन्हा एकदा संसाराची जबाबदारी तुझ्यावर टाकून जातोय मी."

"अविनाश, आता ही जबाबदारी जड नाही वाटणार मला." मालती म्हणाली.

प्रथमच तिच्या चेहऱ्यावर हास्य फुललं होतं. ते हसू मनात साठवून ठेवत अविनाशने बाहेरचा रस्ता धरला. मनातल्या दुःखाला अन् गोंधळाला मालतीने

देवापुढे डोकं टेकवत अश्रूंच्या रूपाने वाट दिली. चुकलं का आपलं? नवऱ्याला अडवलंही नाही जाताना! ती स्वत:शीच विचार करत होती. पण त्याचबरोबर नवऱ्यामधला आत्माभिमान जागा करण्यात आपल्याला यश आलं याचं तिला समाधानही वाटत होतं. आता अविनाश जरी दूर राहिला, तरी आपलं एकटेपण संपलं होतं. मनाला दिलासा होता की अविनाश लांब असला तरी योग्य मार्गाने जात आहे. तो दयाळू परमेश्वर पुन्हा आपलं 'विश्वासावर उभारलेलं घरटं' मिळवून देईल, याची तिला खात्री वाटू लागली.

"आई, बाबा कुठे दिसत नाहीत?" अमोल आला होता अन् विचारत होता.

"त्यांना त्यांचा मार्ग मिळाला अमोल. तो मार्ग प्रामाणिकपणा व सच्चेपणाचा होता, म्हणून मी त्यांना जाताना अडवलं नाही." मालती म्हणाली. ती काय म्हणतेय् ते न समजल्याने अमोल गोंधळून मालतीच्या चेहऱ्याकडे बघत बसला. मालतीच्या चेहऱ्यावर एक अपूर्व समाधान होतं. खूप वेळ गिरक्या घेतल्यानंतर जोरात भोवळ येते व सारं जग आपल्याभोवती गरगर फिरतं आहे, असे वाटत असतानाच अचानक हाताला एखाद्या खांबाचा आधार मिळाल्यानंतर जसा आपल्या जिवात जीव आल्यासारखं वाटतं, तसं मालतीला झालं होतं. प्रदीर्घ काळच्या रखरखत्या वाळवंटातून पावलांना चटके बसत ती चालली असतानाच अचानक तिला आधार मिळाला होता. भले अविनाश दूर असला, तरी त्याचा हा दूरवरचा आधार तिला अगदी खूप जवळचा व आश्वस्त वाटू लागला होता. आपण निराधार असल्याची आजवरची पोकळी अचानकच भरून आली होती.

❑❑

चार-आठ दिवसांतून सानेकाकूंकडे चक्कर मारण्याचा माझा नेहमीचाच प्रघात. या वेळी मात्र पंधरा दिवस झाले, तरी त्यांच्याकडे जायला जमलेच नव्हते. आता आजतरी वेळ काढून सानेकाकूंकडे जाऊन यायलाच हवे, असा मनाशी निश्चय केला होता. सकाळचे काम संपता संपता बारा-साडेबारा झाले. काकूंचं घर काही फार लांब नव्हतं. पायात चप्पल सरकवली, घराला कुलूप लावलं अन् मी सानेकाकूंकडे जायला निघाले.

काकू व काका दोघेही आता पंच्याहत्तरीच्या जवळपास टेकलेले होते. एकुलता एक मुलगा डॉक्टर झाल्यानंतर अमेरिकेत गेला अन् तिथेच स्थायिक झाला. त्याच्या नावापुढे डिग्र्यांची लांबलचक माळ लागली होती. आपल्या हुशार मुलाचं काकूंना फारच कौतुक होतं. कधीही त्यांच्या घरी गेले की, त्या आपल्या मुलाचे– आनंदचे– कौतुक सांगत असत. मध्यम परिस्थितीतल्या एखाद्या कुटुंबाने सुमारे २०/२५ वर्षांपूर्वी मुलाला शिक्षणासाठी अमेरिकेत जाण्यास प्रोत्साहन देणं ही एक खरोखर कौतुकाचीच बाब म्हणायला हवी. इतकं शिकल्यानंतर आपला मुलगा पुन्हा भारतात न येता अमेरिकेतच स्थायिक झाला, याचं सानेकाकूंना अजिबात दु:ख नव्हतं. मुलाचं वैभव, त्याची प्रतिष्ठा, त्याची हुशारी त्या अगदी येणाऱ्याजाणाऱ्या प्रत्येकास ऐकवत; शिवाय तरुण मुलांना परदेशात जाण्यास त्या प्रोत्साहन देत. ''इतकी वर्षं परकीय लोकांनी भारतातील पैसा परदेशात नेला; आता तुम्ही शिकून तिकडे जा व पैसे मिळवा'', असा त्यांचा आग्रह असे.

सानेकाकू व काका खरं म्हणजे आमचे सख्खे काकाकाकू नव्हते; पण त्यांच्या अगत्यशील व प्रेमळ स्वभावानं त्यांनी सख्ख्या काकाकाकूंप्रमाणेच आमच्या घरातील सर्वांच्याच मनात स्थान मिळवलं होतं. साहजिकच दोघेचजण राहातात, थकले आहेत, या विचाराने मी त्यांच्याकडे जात असे. कधी गरज लागली तर मदतही करत असे. पण काकूंनी इतकी माणसे जोडली होती व दिवसभर त्यांच्याकडे इतके लोक येऊन जात की मला त्यांच्यासाठी विशेष काही करावे लागत नसे.

काकूंच्या घरी गेले, तर काकूंच्या हॉलमध्ये सामान व बॅगा

दिसत होत्या. ''काकू, कुठे परगावी निघाला आहात का?'' मी विचारलं.

''बरं झालं, तू आलीस ते! मी तुला फोन करणारच होते. अगं, आनंदने अमेरिकेची तिकिटं पाठवून दिली आहेत. अगदी अचानकच ठरलं बघ.'' काकू म्हणाल्या.

''आता काय, साधारण अकरा महिने तरी राहणार असाल मग!'' मी म्हटलं.

''हो. राहू की!''

''तुम्हाला करमणार का पण इतके दिवस?'' –इति मी.

''न करमायला काय झालं? अमेरिकेत गेले तरी माझा रोजचा दिनक्रम चुकत नाही. हे बघ– 'भागवत', 'ज्ञानेश्वरी', 'रुक्मिणी स्वयंवर' अशा सर्व पोथ्या बरोबर घेतल्या आहेत.'' काकू म्हणाल्या.

''तिथेही हे रोज वाचणार तुम्ही?'' मी आश्चर्यानं विचारलं.

''अगं, नुसतं वाचणारच नाही. रुक्मिणी स्वयंवर वाचत असेन ना, तर रुक्मिणीचं लग्न लागेल– म्हणजे पोथीत बरं का– तेव्हा मी तिथे पेढे पण वाटणार! पोथ्या वाचताना त्या-त्याप्रमाणे सगळे उत्सव साजरे करते मी. रोज दुपारी दोन तास मी व तुझे काका पोथी वाचण्यात घालवतो. आज चाळीस वर्षं झाली, माझा पोथी वाचण्याचा नियम चुकला नाही. तुझे काका आता निवृत्त झाल्यावर ऐकतात पोथी; आधी मात्र मीच एकटी वाचत होते.'' काकू म्हणाल्या.

''आणखीन काय काय करता तुम्ही?'' त्यांच्या पोथीपुराणाची गंमत वाटून मी पुढे विचारले.

''हे बघ, माझं सोवळंओवळं तुला माहीतच आहे. सकाळी उठून, अंघोळ करून तुळशीला पाणी घालायचं, पूजा करायची... महिम्न, शिवलीलामृत, विष्णुसस्त्रनाम असं सगळं म्हणायचं... त्यानंतर बाकीचं सारं— स्वयंपाक वगैरे. अमेरिकेत गेल्यावर फारसं करावं लागत नाही. आनंदची बायको, म्हणजे आमची सूनबाई करते सगळं. पण आनंदसाठी मी माझ्या हाताने वेगवेगळे पदार्थ करून घालतेच. शिवाय भारतात येण्यापूर्वी भरपूर पुरणपोळ्या करून फ्रीजमध्ये पॅकबंद करून ठेवते. आनंदला फार आवडतात पुरणपोळ्या. त्याला हवं असेल, तेव्हा फ्रीजमधून काढून मायक्रोवेव्हमध्ये गरम करून पुरणपोळी खातो तो. आता सांग, इतका सारा व्याप असताना का करमणार नाही मला?'' काकू त्यांच्या नेहमीच्या पद्धतीने म्हणाल्या.

''बापरे! तिथेही सोवळंओवळं पाळता तुम्ही?'' मी म्हटलं.

"हो तर! अगं, तिथे एक बाई येते सकाळचं सगळं आवरायला. झाडणं, पुसणं वगैरे कामं करते ती. आनंद आणि सूनबाई सकाळी लवकर निघून जातात, मग आम्ही दोघेच राहतो घरात. मुलेही शाळेत गेलेली असतात. त्या बाईचं काम होईपर्यंत मी आपली बेडवर निवांत बसून राहते. ती गेली की, माझी कामं सुरू होतात. पण त्या बाईशीही मी खाणाखुणांनी खूप गप्पा मारते, बरं का! तिची भाषा काही मला येत नाही; अगदी इंग्रजीही येत नाही. पण म्हणून माझं काहीही अडत नाही, बरं का!" काकू म्हणाल्या.

मनातल्या मनात 'अजब आहात तुम्ही' असं म्हणून मी हात जोडले; पण वरकरणी मात्र काहीच न बोलता फक्त हसले. सानेकाकू म्हणजे खरोखरच एक अजब रसायनाने बनलेलं व्यक्तिमत्त्व होतं. कोकणातल्या अगदी छोट्या खेड्यात त्यांचं बालपण गेलं. घरात गरिबी होती. आईची तीव्र बुद्धिमत्ता काकूंकडे आली. जेमतेम चौथीपर्यंत शिक्षण झालं. पुढे शिक्षणाची सोयही नव्हती, पण हुशार असल्याने पाठांतर जबरदस्त होतं. सर्व स्तोत्रं, लोकगीतं पाठ होती. पोथी-पुराणं वाचण्याची सवय होती. गरिबीमुळे काटकसरीने राहायची सवय होती. लग्नानंतरही काटकसरीने वागून पैसा शिल्लक टाकला व मुलाला परदेशात पाठवलं. आपल्याला शिकता आलं नाही, याचं त्यांना फार दुःख होतं. 'पुढच्या जन्मी मी खूप शिकणार आहे', असं त्या नेहमी म्हणत. आधुनिक जगात वावरताना त्या त्याच्याशी पट्कन जुळवून घेत. नवी येणारी यंत्रसामग्री (मिक्सर, ओव्हन वगैरे) चालवायला शिकत; पण त्यांनी आपल्या जुन्या परंपरा, श्रद्धा सोडल्या नव्हत्या.

"बरंय तर मग! अमेरिकेत गेलात की अधूनमधून फोन करा मला." मी काकूंचा निरोप घेत म्हटलं.

काकू काही प्रथमच अमेरिकेत जात नव्हत्या. आजपर्यंत अनेक वेळा त्यांनी अमेरिकावारी केली होती त्यामुळे सामान किती घ्यायचं, कसं पॅक करायचं वगैरे कामांत त्या प्रवीण होत्या. प्रथमच अमेरिकेत जाणारी, नवी जोडपी अनेक वेळा या बाबतीत काकूंचा सल्ला घेत.

●

काळ भराभर पुढे जात असतो. सानेकाकू व काका अमेरिकेत गेले अन् त्यांच्या घरच्या माझ्या चकरा थांबल्या म्हणून काही माझा फार वेळ वाचला असं झालं नाही. रोजचं घरकाम, मुलांच्या शाळा, महिला मंडळ, सोशल वर्क इ.

मध्ये मी अगदी बुडून गेले. बघता-बघता वर्ष झालं अन् सानेकाकू भारतात परत आल्याचं मला समजलं. काकूंना भेटून त्यांच्याकडून अमेरिकावास्तव्याची माहिती करून घेण्यास मी उत्सुक होते. साहजिकच मी त्याच दिवशी सकाळी-सकाळी काकूंकडे गेले. काकूंच्या घरी गडबड दिसली. गुरुजी आले होते. कसली तरी पूजेची तयारी केलेली दिसत होती.

"काकू, सत्यनारायण वगैरे आहे का?" मी विचारलं.

"अगं, पूजा नंतर! आधी देवांना शुद्ध करून घेतेय्!" काकू म्हणाल्या. मी उडालेच! "देव शुद्ध करताय्?" मी कसंबसं म्हटलं.

"हो! तुला नाही कळायचं ते. अगं, अमेरिकेत जाताना मी बरोबर घरचे सगळे देव घेऊन जाते. त्यांची पूजा व्हायला हवी नं? मग जाताना-येताना देव मी एका डब्यात ठेवले असले तरी बऱ्याच जणांचे हात लागतात ना! शिवाय आपल्या शास्त्राप्रमाणे समुद्र उल्लंघून गेल्यावर पुन्हा शुद्धी लागतेच."

"पण काकू ते देव आहेत; त्यांना कसली शुद्धी?" मी आश्चर्यानं विचारलं. आमचा संवाद शांतपणे ऐकणारे काका आता प्रथमच बोलले. "हे बघ, हा सारा श्रद्धेचा भाग आहे. तुझ्या काकूची श्रद्धा व परंपरेवरची निष्ठा इतकी जबरदस्त आहे की त्याला धक्का लावणं कुणालाच जमणार नाही." काका म्हणाले. "आणि असं बघ, देव तर साऱ्या जगात भरलेलाच आहे. वातावरणातील अगदी अणूरेणूंतही आहेच ना? मग आपण पूजा करण्याआधी साऱ्या स्थानाची शुद्धी करतोच ना? अगदी स्वत:चीही करतो. त्यामुळे एक पवित्र भाव निर्माण होतो. तसंच समज हे सारं." काका पुढे म्हणाले.

"खरंय तुमचं!" काहीच न सुचल्यानं मी म्हटले, पण मनात एक विचारांचं वादळ निर्माण झालं होतं. खरंच श्रद्धा, परंपरा यांचा अर्थ लावणं तसं कठीणच असतं. शिवाय प्रत्येकाची श्रद्धा निरनिराळी असते. काकूंवर तर त्यांच्या आईने केलेले त्या काळातले संस्कार असणार; म्हणजे सुमारे १०० वर्षांपूर्वीचा तो काळ. परिस्थितीनुसार हळूहळू परंपरा बदलत जातात. काळाच्या ओघात काही परंपरा टिकतात, काही नष्ट होतात. परंपरेत प्रगल्भता आली की ती नवं रूप धारण करते. अशा कालानुरूप बदलणाऱ्या लवचिक परंपरा आपल्या घरात पिढ्यान् पिढ्या टिकून राहतात. आपण स्वत:ला आज आधुनिक म्हणवतो. आज ज्यांना आधुनिक विचार म्हणतो, ते कदाचित पुढच्या पिढीला कालबाह्यही वाटतील. आधुनिकता आणि परंपरा यांच्यात पूर्णत: विभाजन करता येणार नाही. त्या एकाच साखळीच्या दोन कड्या आहेत. काकूंचे विचार मला पटतही

नसतील, पण काकूंच्या श्रद्धेला धक्का लावणं मला जमणार नाही. या मागच्या पिढीतील लोकांच्या श्रद्धा अधिक बळकट आहेत. त्यांचे विचार ठाम आहेत. हा विचारातील ठामपणा आजच्या पिढीत कुठे दिसून येतो? श्रद्धा ठेवण्यासारखी ठिकाणंही आता फारशी राहिलेली नाहीत. आम्ही सश्रद्धही नाही आणि अश्रद्धही.

"ही घे नारळाची वडी", काकूंनी मला विचारांच्या कल्लोळातून जागं करत म्हटलं. हातावर ठेवलेली नारळाची वडी मी तोंडात टाकली. घरी आलेल्या प्रत्येक व्यक्तीला काहीतरी देण्याची ही परंपरा काकूंसारख्या व्यक्तींच्या घरी अजूनही जिवंत आहे. प्रत्येक व्यक्तीच्या प्रत्येक कृतीचं विश्लेषण करणं तसं अवघडच असतं अन् मलातरी काकूंसारख्या बहुरंगी व्यक्तिमत्त्वाचा वेध घेणं अवघडच जात होतं. त्यांच्यातील सद्वृत्तीला मी मनातल्या मनात नमस्कार केला अन् वडीची गोड चव तोंडात रेंगाळत असताना घरचा मार्ग धरला.

❏❏

'सुयोग' वधू-वर सूचक मंडळाच्या ऑफिसमध्ये जाताना आज मृणाल अगदी कंटाळून गेली होती. जिन्याच्या त्या ३०-३२ पायऱ्या चढतानासुद्धा तिच्या अगदी जिवावर आलं होतं. ''शी! कधी या व्यापातून आपली सुटका होणार आहे, कुणास ठाऊक!'' ती स्वत:शीच पुटपुटली.

मुंबईची दमट हवा आणि त्यातून मार्चचा महिना. मृणालचं अंग घामाने अगदी चिकट झालं होतं. शेवटची पायरी संपून ऑफिसमध्ये आल्यावर तिथल्या पंख्यांच्या गार वाऱ्याने मृणालला जरा बरं वाटलं. रुमालाने घाम पुसत तिने आजूबाजूला नजर टाकली. सगळं ऑफिस माणसांनी भरून गेलेलं होतं. प्रत्येकाच्या हातात वधू-वरांच्या माहितीच्या जाड्याजाड्या वह्या अन् डोकं वहीत खुपसलेलं. कुणाचंतरी मधूनच आपल्या जवळ असलेल्या वहीत यादीतल्या एखाद्या बऱ्या वाटलेल्या स्थळाची नोंद करणं सुरू होतं.

'बरोबर आहे; आज रविवार ना– आज ऑफिस भरणारच. छे उगीचच आलो आपण. एवढ्या गर्दीत आता एकतरी खुर्ची रिकामी मिळणार आहे का आपल्याला?' मृणालच्या मनात येऊन गेलं.

'पण काही इलाजच नाही. आपल्याला तरी रविवारशिवाय वेळ कुठं मिळतो? इतर दिवशी नोकरीची घाई असतेच मागे.' मृणालने मनात आलेले विचार झटकले अन् ती केबिनमध्ये गेली. केबिनमध्ये बसलेल्या सुलभाताई तिच्या अगदी चांगल्या ओळखीच्या झाल्या होत्या.

हातातला कोडनंबर ती सुलभाताईंना दाखवणार तोच सुलभाताई हसत- हसत तिला म्हणाल्या, ''अगं, राहू देत. ती ११२ नंबरची फाईल घे. त्यात बघ एखादं स्थळ मिळतंय का ते? आज जरा उशीरच झालाय तुला, पण असू देत. ती कोपऱ्यातली खुर्ची मोकळी झालीय बघ– तिथे बस.''

सुलभाताईंचे आभार मानत मृणालने ११२ नंबरची फाईल घेतली अन् ती कोपऱ्यातल्या खुर्चीवर येऊन बसली. नेहमीच्या सवयीने तिने फाईलची पाने उलटायला सुरुवात केली. प्रत्येक पानावर मुलाचा फोटो, त्याचं नाव, पत्ता, वय, आवडी-निवडी लिहिलेल्या होत्या; तसेच त्याच्या मुलीबद्दलच्या अपेक्षाही लिहिल्या होत्या. मृणालने

वाचायला सुरुवात केली. प्रत्येक मुलाला गोरी, स्मार्ट, सुंदर अन् शिकलेली म्हणजेच पैसे मिळविणारी मुलगी हवी होती.

मृणालने एक सुस्कारा टाकला. प्रत्येक मुलगी काय देखणीच असते का? अन् देखणेपण काय नुसत्या गोऱ्या कातडीतच आहे की काय? ह्या मुलांना देखणी मुलगी हवी असते; स्वतःला काय ते मदनाचा पुतळा समजतात की काय?

मृणालने जरा काळजीपूर्वकच मुलांचे फोटो पाहिले. कुणाचं नाक जाड होतं, तर कुणाचं नकटं, कुणाला टक्कल पडलेलं. सावळा रंग आहे असं लिहिलं की हमखास समजावं, काळाच असणार म्हणून. ते ठराविक प्रकारचे शब्द अन् पद्धत मृणालला अगदी पाठ झाली होती. कुणी इंजिनिअर आहे, तरीही ५००० वर नोकरी करतोय, तर कोणी बी. कॉम होऊन कुठे कंपनीत. कुणाला डॉक्टर किंवा इंजिनिअर मुलगी हवी, तर कुणाला उच्चशिक्षित अन् अर्थातच गलेलठ्ठ पगाराची मुलगी हवी होती.

मृणालने आणखी काही स्थळांची माहिती वाचली. त्यांच्या असणाऱ्या अपेक्षा वाचल्यावर तिला वाटले 'जाऊ देत, सोडून द्यावा नाद; जावं आता घरी. यांच्या अपेक्षाही फारच आहेत अन् पुन्हा पत्रिकाही जमायला हवी. कधी कुणाची पत्रिका जमत नाही, तर कधी मुलगाच नकार देतो. एकूण काय, लग्न लांबणीवर पडत चाललं आहेच. डोक्यावर अक्षता टाकण्यासाठी आपण लग्नाचा मुहूर्त काढतो खरं; पण हा मुहूर्तसुद्धा कोणा अज्ञात शक्तीने आधीच ठरवलेला असतो म्हणे! तो जर कळला असता, तर किती बरं झालं असतं! म्हणजे प्रत्येकाचाच लग्न जुळेपर्यंतचा मनःस्ताप तरी वाचला असता.'

मृणालला आता पत्रिका बघून बघून थोडंफार कळायला लागलं होतं. एक, चार, सात, आठ आणि बारा या घरांत मंगळ नको. राहू-केतूमध्ये सर्व ग्रह नकोत. मेष-वृश्चिक यांचे एकमेकांशी जुळत नाही. एक ना दोन– किती प्रकार आहेत! अन् या साऱ्या गोंधळातून पत्रिका जमली, तर मुलगा-मुलगी एकमेकांना पसंत करत नाहीत.

तरी त्यातल्या त्यात बऱ्या वाटणाऱ्या एक-दोन पत्रिका व एक-दोन बऱ्या वाटणाऱ्या मुलांचे पत्ते, वय व शिक्षण मृणालने वहीत लिहून घेतले. वही व पेन पर्समध्ये टाकले. फाईल मिटून टाकली व घड्याळाकडे पाहिले. एवढ्या पत्रिका व फोटो बघता-बघता दीड तास सहज गेला होता.

आता मृणाललाही कंटाळा आला. फाईलमध्ये डोकं घालून-घालून मानही दुखायला लागली होती. हाताने मान चोळत मृणालने आजूबाजूला नजर टाकली.

कितीतरी माणसे अगदी एकाग्रतेने वहीत नोंद करून घेत होती, ते पाहून मृणालला मजा वाटली.

खरंच, यांतल्या किती जणांच्या मुलांची लग्ने ठरत असतील बरं? कुणाची मुलगी, कुणाचा मुलगा, कुणाची बहीण तर कुणाची भाची. प्रत्येकालाच लग्नाचं वय झालं की लग्न ठरवण्याची घाई असते; तर इतरांना ठरवण्याची. म्हणूनच ही वधू-वर सूचक मंडळं इतकी जोरात चालतात. जग इतकं आधुनिकतेकडे चाललं आहे; पोशाख, खाणंपिणं सारं बदलतं आहे; अनेक संस्कृती, अनेक देश एकमेकांजवळ येत आहेत; पाश्चिमात्य राहणी आपण हुबेहूब उचलली आहे, पण या लग्नाच्या बाबतीत मात्र आपण अजून आपली परंपरा सोडली नाही.

तेच पत्रिका जुळणं, मुलगी दाखवणं, होकार अथवा नकार येणं, मान-पान, देणं-घेणं– सारं काही तसंच. मुलगी अगदी डॉक्टर होवो अथवा कॉम्प्युटर इंजिनिअर; लग्न करायचं म्हटलं की तिलाही या साऱ्या प्रकारातून जावंच लागतंय.

मृणालने मान झटकली. मान झटकता-झटकता तिची नजर समोरच बसलेल्या एका मुलाकडे गेली. मुलगा म्हणावा का? तिने जरा शोधक नजरेने पाहिले. नाही, अगदी २२-२५ चा ही नसेल अन् अगदी प्रौढही नाही. बहुधा बत्तीस-तेहतीसच्या आसपास असावा. आपण याला बहुधा बऱ्याच वेळा बघितलंय्. कुणासाठी येत असेल बरं इथं? धाकट्या भावासाठी की बहिणीसाठी?

जाऊ दे, झालं. आपलं काम झालंय, तर आपण उठावं आता. घरची थोडीफार किरकोळ खरेदी करायची अन् मग घरी जायचं. मृणालने फाईल उचलली अन् जागेवर नेऊन ठेवली. तिथेच असलेल्या डेऱ्यातील थंडगार पाणी भांडं घेऊन प्यायली अन् मग ऑफिसच्या बाहेर पडली.

आता मृणालला मनातून अगदी खूप एकटं वाटत होतं. इतकी माणसं आहेत आजूबाजूला, रस्त्यावर एवढी गर्दी आहे; पण आपलं म्हणायला एकसुद्धा माणूस नाही. डोळ्यांत आलेले अश्रू मोठ्या निकराने मागे ढकलत मृणालने रस्ता क्रॉस करायला सुरुवात केली अन् ब्रेकच्या करकचून दाबलेल्या आवाजाने ती भानावर आली.

"अहो, अहोऽऽ बाई, शुद्धीवर आहात ना? की झोपेत चालताय?" गाडीवाला ओरडत होता. "बरं तर बरं, त्या साहेबांनी ओढलं तुम्हाला बाजूला. नाहीतर पोलीस स्टेशनवर जायची वेळ आणली होतीत तुम्ही माझ्यावर!" गाडीवाल्याने पुढे म्हटले.

म्हणजे? कोणी ओढलं आपल्याला? गोंधळून आजूबाजूला पाहिले. अरेच्या! तोच तो आत्ता वधू-वर सूचक मंडळात पाहिलेला मुलगा– नाही– माणूस उभा होता. म्हणजे– याने आपल्याला बाजूला ओढले!

"थँक्स!" मृणालने तोंडातल्या तोंडात म्हटले.

"तुमची मन:स्थिती ठीक दिसत नाहीय. आपण जरा रस्त्याच्या कडेला उभं राहू या का?" त्याने विचारले.

मृणालने कशीबशी मान हलवली अन् ती दोघं रस्त्याच्या कडेला आली.

"आता बोला. कसल्या विचारात होतात तुम्ही? अहो, अगदी गाडीखालीच जायचा विचार होता की काय? रागवू नका हं. विनोदाने बोललो." त्याने हसत म्हटलं.

"खरंच, माझं अगदी लक्षच नव्हतं. पण पुन्हा एकदा तुमचे आभार मानते मी. जाऊ? जरा गडबडीत आहे." मृणालने म्हटले.

खरंतर तिला या वेळी अगदी कुणाशीही बोलायची इच्छा नव्हती. ठीक आहे, ऐनवेळी वाचवलंय मला. आभार मानले मी– झालं. आता जावं आपण, असा विचार येऊन ती वळलीसुद्धा!

तसं तो अगदी घाईघाईने म्हणाला, "अहो, ऐकता का माझं? असं अगदी लगेच जाऊ नका. तुम्ही कसल्यातरी विचारात होतात अन् आता पुन्हा पुढे जाऊन आणखीन कुठेतरी गडबड कराल. आपण थोडा वेळ समोरच्या हॉटेलमध्ये बसू या का? कॉफी घेऊ या. जरा बरं वाटेल तुम्हाला."

"छे! नको. अन् ऊन किती आहे! बरी आहे मी आता... बरी आहे. जाते मी–" असं म्हणत मृणाल वळलीसुद्धा. उगाच कुठे परक्या माणसाबरोबर चहा अन् कॉफी घेत बसायचं?

तिने अगदी झटकूनच टाकल्याने त्याचाही नाइलाज झाला अन् रस्त्याच्या कडेला पार्क केलेल्या आपल्या गाडीकडे तो जाऊ लागला.

मृणालला खरंतर घरी जायची अजिबात घाई नव्हती. घरी जाऊन करायचंय काय? तिने इकडे-तिकडे फिरत वेळ काढला अन् मग सावकाश घरी गेली.

सोमवार ते शनिवार ९ ते ५ ऑफिस अन् रविवार वधू-वर सूचक मंडळात. एवढंच का आपलं आयुष्य? 'देवा, लोक किती तऱ्हेतऱ्हेने जीवनाचा आनंद घेतात; मग माझ्यासारख्या काही व्यक्तींनाच सुख अशी पाठ का दाखवतं बरं? नशीब-नशीब म्हणतात, ते हेच का? तरी बरं, मुंबईत असल्यामुळे नोकरी मिळण्याचा तरी प्रश्न नाही. निदान पैशासाठी कुणापुढे हाततरी पसरावे लागत

नाहीत.’ मृणालच्या मनात विचार येत होते.

●

सारा आठवडा असाच घाईगर्दीत, लोकलच्या खचाखचीत अन् ऑफिसच्या फाईलमध्ये निघून गेला. त्या आठवड्यात तिने आठवणीने काही स्थळांना पत्रं टाकली, काही फोन केले. अगदी ठरवून ठेवल्यासारखी उत्तरं आली. कुठं वय जुळत नव्हते, तर कुठे पत्रिका.

पंधरा दिवसांनी मृणालने पुन्हा एकदा रविवारी वधू-वर सूचक मंडळाचे ऑफिस गाठले. पाहू या, काही नवीन स्थळांची माहिती मिळतेय का ते?

आजही सुयोग वधू-वर सूचक मंडळात मागचेच दृश्य होते. तशीच माणसे, तशाच फायली, तशीच गर्दी. मृणालने केबिनमध्ये जाऊन एक वही उचलली अन् एक कोपरा गाठला.

तिने फाईल उघडून वाचायला सुरुवात केली तोच– “काय? आज बऱ्या आहात ना?” शेजारून आवाज आला, तसं मृणालने वर बघितलं. अरेच्या! मागच्या वेळी आपल्याला वाचवणारे तेच ते गृहस्थ शेजारी बसले होते. मृणालने हसून ओळख दाखवली अन् “बरी आहे” असं म्हणत मान पुन्हा खाली घातली.

“काय, कुणासाठी स्थळ बघता आहात?” त्याने विचारले.

‘बराच लोचट अन् बडबड्या माणूस दिसतोय!’ मृणालच्या मनात आले.

“आहे एक चुलत बहीण, तिच्यासाठी बघते स्थळ.” मृणालने त्याला झटकण्याचा प्रयत्न केला.

“अरे वा! चुलत बहिणीसाठी बघताय? कुठे, इथे मुंबईतच असते का? काय करते? म्हणजे नोकरी वगैरे करते का?” त्याने उत्सुकतेने विचालरे.

आता मृणालच्या मनातही उत्सुकता निर्माण झाली. करावी आपणही चौकशी. काय हरकत आहे? “हो, नोकरी आहे ना! सात हजार पगार आहे.” मृणालने उत्तर दिले, “तुम्ही कुणासाठी येता इथे? तुमचे कोणी भाऊ-बहीण आहेत का लग्नाचे?” तिने विचारले.

“हो, माझाही मावसभाऊ आहे लग्नाचा. त्याला कुणी नाहीय्, म्हणून मीच बघतो त्याच्यासाठी स्थळं.” त्याने उत्तर दिले.

“काय करतो? म्हणजे, नोकरी काय आहे? वय किती आहे?” मृणालने विचारले.

"एम्. एस्सी. आहे. म्हणजे, नोकरी एका खासगी कंपनीत आहे. पगारही बरा आहे. दिसायलाही बरा आहे. पत्रिकेत जरा स्ट्राँग मंगळ आहे. त्यामुळे पत्रिका जमायला जरा अवघड जाते.'' त्याने सविस्तर उत्तर दिले, "पण तुमचे नाव नाही सांगितलेत. अन् तुमच्या बहिणीचे नाव काय?'' त्याने विचारले.

"माझे नाव मृणाल गोरे अन् माझ्या बहिणीचे नाव मृण्मयी चितळे. तुमचे नाव काय? अन् तुमच्या मावसभावाचे?'' मृणालने विचारले.

"माझे नाव विशाल लिमये अन् भावाचे नाव आहे चैतन्य दातार.'' त्याने सांगितले. "बघा, तुमच्या बहिणीची पत्रिका मला देत असाल तर बघतो मी, चैतन्यच्या पत्रिकेशी जुळतेय का ते.'' 'तो' अर्थात विशाल म्हणाला.

"तसं नको.'' मृणाल घाईघाईने म्हणाली, "तुम्हीच चैतन्यची पत्रिका द्या मला. मला पत्रिका कळते थोडीफार. जुळत असेल, तर सांगेन मी. पण वय काय आहे त्याचे? कारण माझी बहीण वयाने थोडी मोठी आहे. ३१ वय चालू आहे तिचं. वागायला चांगली आहे. दिसायलाही बरी आहे. नोकरी आहे. तरीही लग्न जुळत नाही अजून. योग लागतो म्हणतात ना, तसं!'' मृणालने आपले बोलणे पुढे सुरू ठेवले, "घरी तिची म्हातारी आई आहे. भाऊ आहे, पण त्याचे लग्न झालेले. त्याच्या व्यापातून त्याला असं वधू-वर सूचक मंडळात येऊन बसायला वेळ होत नाही, म्हणून मीच येते तिच्यासाठी.'' मृणालने चेहऱ्यावरचा गोंधळ लपवीत खुलासा केला.

"३१ वय आहे ना? मग काही हरकत नाही. चैतन्यचं वयही ३४ आहे. तुम्ही विचार करून द्या पत्रिका मला, नाहीतर मी देतो पत्रिका तुम्हाला. अहो, आधुनिक-आधुनिक म्हणून एकीकडे मिरवतो आपण अन् प्रत्यक्षात किती त्याच त्या पारंपरिक पद्धतीने चालतो! मुलाने पत्रिका दिली काय अन् मुलीने दिली काय– पत्रिका जुळली का, हा महत्त्वाचा मुद्दा मानला तरीही एकमेकांची मन जुळणं महत्त्वाचं आहे; अन् विचार व आवडनिवडीसुद्धा. पैसा, पत्रिका अन् रूप हे महत्त्वाचे मुद्दे मानायचे का? लग्न अन् संसार काय एवढ्याच पायावर चालतो का? म्हणजे आहेत ते महत्त्वाचे; पण अगदी इतकं काटेकोर राहायला हवं का त्या बाबतीत? जीवन काय याच गोष्टींवर चालतं?'' विशाल म्हणाला.

"माझंही अगदी तसंच मत आहे हो.'' मृणाल आनंदाने उत्तरली, 'पण ना असं म्हणणारा कुणी भेटलाच नाही आजवर!' ती पुढे म्हणणार होती; पण तिने ते वाक्य ओठातल्या ओठांत गिळलं. चैतन्यची पत्रिका तिला विशालने एका कागदावर लिहून दिली. तो कागद पर्समध्ये टाकून तिने विशालचे आभार

मानत निरोप घेतला. पंधरा दिवसांनी फोनवर कळवते, असे म्हणून त्याच्याकडून फोन नंबर घेतला व ती ऑफिसमधून बाहेर पडली.

मृणालने घरी आल्यानंतर चैतन्यची पत्रिका सावकाशीने पहिली. पत्रिका जुळत होती. पण खरंच विशालचं लग्न झालं आहे का नाही अजून? आपण त्याला काहीच विचारलं नाही. असं कसं विचारणार म्हणा? त्यानेही आपल्याला आपल्याबद्दल विचारले नाही.

तिला मनातल्या मनात खूप आश्चर्य वाटले. सवडीने त्याच्याशी फोनवर बोलायचे ठरवून मृणाल आपल्या नेहमीच्या दिनक्रमात गुंतून गेली. कोणत्याही आशादायक कल्पना बाळगायच्या अन् त्यात रमण्याचे तिने सोडून दिले होते.

पुढच्या एका सुट्टीच्या दिवशी तिने विशालला फोन केला व पत्रिका जुळत असल्याचे सांगितले.

''छानच मग! मग तुम्ही तुमच्या बहिणीला घेऊन येता का माझ्या घरी?'' त्याने विचारले, ''की एखाद्या हॉटेलमध्ये भेटू या? म्हणजे दाखवण्याच्या कार्यक्रमाचा रंग नको यायला आपल्या भेटीला.'' त्याने विचारले.

मृणालने थोडा विचार करून उत्तर दिले. ''ठीक आहे. आमच्या भागात 'दर्शन' नावाचे हॉटेल आहे. तिथे पुढल्या रविवारी सकाळी १० ला भेटू या.'' विशालने होकार दिला.

रविवारी सकाळी १० ला आवरून दर्शन हॉटेलमध्ये जाताना मृणालच्या मनात थोडी धडधडच होती. हॉटेलमध्ये पाऊल टाकताना तिला फार संकोचल्यासारखे झाले होते. आपण उचललेले पाऊल चुकलेले तर नाही ना, अशी शंका वारंवार येत होती. त्याचबरोबर घरच्यांच्या परस्पर आपण असा निर्णय घेतला, म्हणून थोडी भीतीही वाटत होती. पण तिची परिस्थितीच अशी होती की असा निर्णय तिला घ्यावा लागला होता.

हॉटेलमध्ये आल्यावर तिने आजूबाजूला नजर टाकली. एका कोपऱ्यातल्या टेबलावर तिला विशाल दिसला, पण तो एकटाच होता. चैतन्य– त्याचा भाऊ आला नाही की काय? का अजून त्याला यायला वेळ आहे? अर्थात, बरंच झालं. तो येईपर्यंत आपण सावरू जरा. मृणालने विचार केला.

''नमस्कार.'' विशाल हसत म्हणाला, ''तुमची बहीण नाही आली, की नंतर येणार आहे?''

यावर मृणाल काहीच उत्तर न देता म्हणाली, ''तुमचा भाऊ दिसत नाही?

की, तोही उशीराच येणार आहे?''

"आपण तोपर्यंत कॉफी घेऊ या का?'' विशालने विचारले.

"चालेल.'' मृणाल म्हणाली. "पण मला तुम्हाला एक गोष्ट आधी स्पष्ट करायची आहे.'' मृणालच्या गळ्यात आवंढा आला.

"सांगा, सांगा– नि:संकोच सांगा'' विशालने तिला दिलासा दिला.

"खरं म्हणजे माझी चुलत बहीण कोणी नाहीच. मीच माझ्यासाठी स्थळं बघायला येत होते. घरी घाई म्हातारी व भाऊ संसारात गुंतलेला. माझ्यासारख्या मुलीवर हीच वेळ येणार ना शेवटी? म्हणून मीच येत होते वधू-वर सूचक मंडळात.'' मृणालने डोळ्यांना रुमाल लावला.

"अहो, रडताय काय अशा? हसा आता. कारण मला मुलगी पसंत आहे. सर्व माहिती काढली होती मी, म्हणून तर मी तुम्हाला इथे बोलावलं. आता तुम्हाला पसंत आहे का, ते सांगा.'' विशाल मोठ्यांदा हसत म्हणाला.

"म्हणजे मुलगा कोण?'' मृणालने आश्चर्याने इकडेतिकडे पाहिले.

"इकडे-तिकडे बघू नका; मुलगा तुमच्यासमोरच आहे. तुम्ही जसं तुमची चुलत बहीण लग्राची आहे असं सांगितलंत, तसंच मीही माझा मावसभाऊ लग्नाचा आहे, असं सांगितलं. तुमची सर्व माहिती मला आहेच. आता माझी माहिती सांगतो. मला आईवडील कोणी नाहीत. भाऊबहीणही नाहीत. मी नोकरीला लागल्यानंतर आईवडील एका वर्षाच्या अंतराने गेले. माझं लग्न पाहण्याची त्यांची इच्छा अपूर्णच राहिली. मी एक चांगल्या घरातला मुलगा आहे. व्यसन नाही. नोकरीही चांगली आहे. तुम्ही वाटलं तर पूर्ण चौकशी करा. मग मी तुमच्या आईला व भावालाही भेटायला येईन. तुम्हाला मी पसंत असेन, तर कळवा मला फोनवर.'' विशालने आपले बोलणे संपवले.

मृणालचा आश्चर्याने वासलेला 'आ' कॉफी येईपर्यंत तसाच होता.

सुयोग वधू-वर सूचक मंडळाच्या पायऱ्या चढता-चढताच आपले आयुष्य निघून जाणार, असे वाटत असतानाच आयुष्याच्या एका पायरीवर असा अचानक 'सु-योग' आला होता.

❑❑

"मम्मा, बघा ना– पेपरमध्ये काय बातमी आहे!" नेहा जोरात ओरडली. ओरडली कसली, किंचाळलीच जवळजवळ! तिच्या आवाजाने तंद्री भंग पावली, म्हणून वैतागलेली नीलिमा जवळजवळ खेकसलीच.

"अगं, अगं– केवढी जोरात ओरडतेस? नीट सांगता येत नाही का तुला? काय बातमी आहे, वाच बघू. अन् काय सांगायचं आहे, ते पटकन् सांग. मी डिझाइन तयार करतेय एक. मला सारखं-सारखं डिस्टर्ब करू नकोस."

तिच्या खेकसण्याचा जराही परिणाम होऊ न देता नेहा म्हणाली, "बघ–कोणी नगरच्या एका मुलीने घरातून पळून जाऊन लग्न केले. मुलीच्या घरच्या लोकांनी पोलिसांमध्ये फिर्याद दिली. मुलाच्या घरच्या लोकांनी मुलीच्या घरी जाऊन गोंधळ घातला. मुलीच्या भावानेही मुलाच्या वडिलांना मारले."

नीलिमाला ही बातमी ऐकून व नेहाचं बोलणं ऐकून धक्काच बसला; पण तसं न दाखवता ती म्हणाली, "कसल्या गं बातम्या वाचतेस? चांगल्या बातम्या वाचाव्यात नेहमी. असल्या बातम्या वाचून मनावरही परिणाम होतो. अन् मला कशाला वाचून दाखवायची ही बातमी? आता पेपर वाचणं बंद कर अन् अभ्यासाला लाग."

नीलिमाला शंका येत होती की, ही बातमी नेहाने मुद्दामच आपल्याला वाचून दाखवली. तिच्या मनात आपल्याबद्दल शंका निर्माण झालीय अन् ही बातमी वाचून आपल्यावर काय परिणाम होतोय् ते पाहायचं असणार तिला. नेहा आता तेरा-चौदा वर्षांची झालीय्. अतिशय हळवं मन असतं अशा वेळी. आताच कोणी तिच्या मनावर परिणाम होईल असं काही सांगितलं, तर त्याचा तिच्या वागण्या-बोलण्यावर परिणाम होणारच. कोणी सांगितलं असेल बरं तिला? पोरगी आपल्यापासून मनाने दूर चाललीय. तिचं आपल्या वागण्यावर लक्ष असतं. आपल्याला वेळी-अवेळी अडवते, प्रश्न विचारते. शंका निर्माण होईल, असं वागते अन् उलट बोलण्याचे प्रमाणही वाढलेय्. अनेक विचारांनी नीलिमा कासावीस झाली अन् हातातलं डिझाइन बाजूला करत म्हणाली, "नेहा, ऐकलं नाहीस का? अभ्यास कर. सकाळची वेळ अभ्यासाची असते."

त्यावर नेहा ओरडली, "अभ्यास करणार आहे मी, पण

सकाळची वेळ ही स्वयंपाकाची असते. तू तरी कशाला डिझाइन काढत बसलीयस्? उठ आणि स्वयंपाक कर. मला भूक लागलीय.''

नीलिमा स्वत:चा राग आवरत म्हणाली, ''हल्ली उलट बोलणं फार वाढलंय तुझं. स्वयंपाक करून बसलेय् मी. अन् डिझाइन नाही तयार केलं, तर पैसे कसे मिळणार आपल्याला? आपलं पोट आहे त्याच्यावर. तू मला शिकवत जाऊ नकोस, काय कधी करायचं ते.''

हातातला पेपर टी-पॉयवर आपटत नेहा रागारागाने दुसऱ्या खोलीत गेली. तिच्या पाठमोऱ्या आकृतीकडे नीलिमा हताशपणे पाहत राहिली. हल्ली मायलेकींचे असे खटके वारंवार उडत अन् त्या दोघींमधला दुरावाही वाढत चालला होता. नेहाच्या अशा वागण्या-बोलण्याने नीलिमाचं मन खंतावत होतं. ऑफिस आणि घर सांभाळत तिने नेहाला मोठं केलं होतं. नेहा मोठी झाल्यावर ही घर व ऑफिस सांभाळण्याची कसरत कमी होईल, असं तिला वाटलं होतं; पण हल्ली नेहाच्या अशा आडमुठ्या वागण्याने तिची मानसिक ओढाताण वाढली होती.

'नेहाचं वागणं का बरं बदललं? कोणी तिला आपल्याबद्दल काही सांगितलं? लोकांचं काही सांगता येत नाही; त्यांना कुचाळकी करण्यातच जास्त रस असतो. आपण मुलीला सांभाळून ऑफिसची कामेही व्यवस्थित करतो. पैसाही बरा मिळतो. त्याबद्दल कोणी कौतुक करणार नाही. परवा नागपूरहून नेहाची आत्या आली होती. तिने तर नेहाला काही सांगितलं नसेल ना? वास्तविक आत्या मुंबईला आल्यावर आपण त्यांची बडदास्त अगदी व्यवस्थित ठेवली होती. तरीही जाताजाता हे पुण्यकर्म करून गेलेल्या दिसतायत! नेहाचं हे वय अभ्यासाचं आहे. अशी तिच्या मनात चलबिचल झाली तर तिथं लक्ष अभ्यासातून उडेल, एवढी साधी गोष्ट कळली नाही का आत्यांना? अर्थात् कोण कुणाची एवढी काळजी करतं हल्लीच्या जगात?'

नीलिमाला आलेली शंका दृढ व्हावी, अशाच घटना वारंवार घडत होत्या. नाहीतर नेहा अशी वागलीच नसती आपल्याशी. आजपर्यंत मम्मीशिवाय पान हलत नव्हतं तिचं. घरी असली की सारखी आपल्याभोवती घोटाळत असे. आता मात्र आपल्यापासून दूर राहते. नीलिमाला हे जाणवत होते. नेहाचे बाबा नरेश आज असते, तर कदाचित ही वेळ आली नसती आपल्यावर... नीलिमाच्या मनात आले. पण संसारसुख बहुधा नीलिमाच्या भाग्यातच नसावे.

कसलाही विचार न करता केलेली एक चूक– त्या चुकीपायी घरदार उद्ध्वस्त

झाले. त्यातून सावरलो, तर लग्न झाल्यानंतरही संसारसुख लाभले नाही. नीलिमाने एक नि:श्वास सोडला. खरंच, कसलं हे आयुष्य आपलं? पण, आपणच हे ओढवून घेतलं का? नीलिमा विचारात गढून गेली होती.

•

अकरावीत असतानाची गोष्ट. नीलिमा एक दिवस शाळेतून घरी येत होती. वाटेत एका मुलाने थांबवून तिला चिठ्ठी दिली. नीलिमाने घाबरतच चिठ्ठी उघडली. गावातल्याच एका मुलाने लिहिलेले प्रेमपत्र होते ते. नीलिमाने काही उत्तर न देता चिठ्ठी फाडून टाकली, पण प्रेमपत्रांचा मारा वाढतच चालला. अखेर 'उत्तर आले नाही तर जीव देईन', असे एका पत्रात लिहिले होते. नीलिमा घाबरली. घरच्या लोकांना विश्वासात न घेता तिनं प्रेमपत्राला उत्तर दिले. हळूहळू ती त्या मुलाच्या गोड बोलण्यात गुंतून गेली अन् अखेर एक दिवस कोणालाही न कळविता, घरात काही न सांगता, नीलिमा त्या मुलाबरोबर पळून गेली. दूरच्या एका गावातील देवळात जाऊन त्यांनी लग्न केले. नीलिमाने ना जातीपातीचा विचार केला, ना घराच्या प्रतिष्ठेचा. मुलगा कमावता आहे की नाही, हेही पाहिले नाही.

शेवटी व्हायचे तेच झाले. घरच्या लोकांनी नीलिमाचा शोध घेतला अन् तिला घरी आणले. गावात नाचक्की झाली, म्हणून खूप बोलणी बसली. गोष्टी एवढ्यावरच थांबल्या नाहीत. मुलाच्या घरच्या लोकांनी नीलिमाच्या वडिलांना खूप शिवीगाळ करून कोर्टात जाण्याची व त्यांची बेअब्रू करण्याची धमकी दिली. गोष्टी हाणामारीवर गेल्या अन् नंतर जे घडले, ते कल्पनेपलीकडचे होते. मुलाने घरी येऊन गोंधळ घातला. नीलिमाच्या वडिलांनी खूप समजावण्याचा प्रयत्न केला, पण सर्वच गोष्टी हाताबाहेर गेल्या. हातातल्या रॉकेलच्या डब्यातील रॉकेल त्याने नीलिमाच्या व स्वत:च्या अंगावर टाकून पेटवून घेण्याचा प्रयत्न केला. नीलिमा त्यातून वाचली, पण तो मुलगा मात्र दगावला. चूक कोणाची होती, हे ठरविणे मुश्कील होते; पण नीलिमाचे घरदार त्यातून उद्ध्वस्त होता होता सावरले.

काही वर्षांनंतर वडिलांनी नीलिमाचे लग्न एका सामान्य घरातील मुलाशी लावून दिले. मुलगा मुंबईत नोकरीला होता. नीलिमाने नवऱ्याशी– नरेशशी व घरातल्या लोकांशी जमवून घेतले. नीलिमाला चित्रकला चांगली अवगत होती.

त्याचा कोर्स करून तिलाही नोकरी लागली. सारं विसरण्याचा तिने प्रयत्न केला. नवीन आयुष्याला सुरुवात केली. नेहाचा जन्म झाल्यानंतर तर जुनी जखम अन् त्याच्या खुणा हळूहळू बुजत चालल्या होत्या, पण नीलिमाच्या नशिबी संसारसुख फार काळ नव्हते. नशिबाला दोष न देता नीलिमा नोकरी करू लागली अन् नीलिमाचे व नेहाचे आयुष्य सुरळीत चालू शकेल एवढे कमवू लागली.

●

पण आयुष्य असं सुखाचं कधी जात नाही. नीलिमाच्या पूर्वायुष्यात घडलेली ती चूक तिच्या आयुष्यात वादळ निर्माण करू पाहत होती. आपण चुकलो, हे नीलिमाला मान्य होते. त्याची फार मोठी शिक्षा तिने भोगलीही होती, पण म्हणून वारंवार त्याच एका गुन्हाची आपल्याला शिक्षा का व्हावी, हे तिला कळत नव्हते. नेहाच्या आयुष्यावर आपल्या चुकीची सावली पडू नये, अशी तिची इच्छा होती. नेहा मोठी झाल्यावर व तिला चांगलेवाईट कळू लागल्यावर नीलिमा तिला विश्वासात घेऊन सांगणारच होती; पण मध्येच हा काहीतरी घोळ झाला होता अन् नेहाचे वागणे बदलले होते. नीलिमाला निराश वाटू लागले होते. आपल्या अस्वस्थ मन:स्थितीवर कसातरी ताबा मिळवून ती रोजचा दिवस पार पाडत होती. रात्री नेहाला कुशीत घेऊन झोपणारी नीलिमा हल्ली रात्र-रात्र एकटीच तळमळत पडून राहत होती. नेहाने तिच्याशी जणू काही कट्टीच घेतली होती. रात्रीही ती दूर सरकून झोपत असे.

एक दिवस रात्री नीलिमाने नेहाला जवळ ओढून विचारले. "नेहा बेटा, रुसू नकोस अशी तुझ्या मम्मीवर. तुझ्याशिवाय मला तरी कोण आहे? काय झालंय तुला? मला नीट सांगशील का सारं? कोणी काही बोललं का तुला?"

नेहा तिला दूर ढकलत म्हणाली, "बोलू नकोस माझ्याशी. हल्ली तुझ्याबद्दल कोणीतरी काहीतरी बोलतंच माझ्याशी... आत्याही म्हणत होती, तू फार वाईट वागलीस म्हणून. तुझ्यामुळेच सगळ्यांशी संबंध तुटले आपले." बोलता-बोलता नेहाला रडू कोसळले.

नेहाला जवळ घेऊन थोपटत नीलिमा म्हणाली, "उगाच कुणाच्या बोलण्यावर विश्वास ठेवू नकोस. लोक अर्धवट ऐकतात अन् अर्धवट बोलतात. तू थोडी मोठी झालीस की सांगेन मी तुला सर्व. आता फक्त एवढंच लक्षात ठेव की, तू माझं सर्वस्व आहेस अन् तुझ्यासाठीच मी जगत आहे."

कसं कोण जाणे, पण नेहा गप्प बसली अन् थोड्याच वेळात झोपी गेली. नीलिमा मात्र खूप वेळ जागी होती. खरंच असल्या गोष्टी फार पटकन् पसरतात सगळीकडे. कुठे लग्नात किंवा समारंभात गेलो, तरी लोक आपल्याकडे पाहून कुजबुजतात. आत्याला तरी काय नडलं होतं बोलण्याचं? आणि आपण कुठे कुणाशी संबंध तोडले? तसे असते, तर आत्या घरी आल्या असत्या का? नरेश गेल्यानंतर आपली व नेहाची जबाबदारी टाळण्यासाठीच सर्वांनी आपल्याशी संबंध कमी केले.

नेहाला तरी कोणत्या शब्दांत सांगणार आपली चूक? आणि ती ऐकल्यानंतर तिच्या मनात आपल्याबद्दल प्रेम आणि आदर राहील का? पण काही झालं तरी नेहाला आपल्यापासून दूर होऊ द्यायचं नाही. असं कोणीतरी हवं होतं की, जे आपल्याबद्दल नेहाला विश्वासात घेऊन योग्य तेच सांगेल. चांगलंवाईट यांतील फरक तिला कळू लागेल, तेव्हा तिला योग्य शब्दांत सांगता येईल... पण आता अशी वेळ आहे की, तिच्या मनातील आपल्याविषयीचा असलेला संशय दूर करता आला पाहिजे.

...अन् अचानक नीलिमाच्या नजरेसमोर एक आश्वासक चेहरा आला. आहे, अशी एक व्यक्ती आहे, जी आपल्याला लहानपणापासून ओळखते; जी नेहाला योग्य तऱ्हेने समजावू शकेल. आपल्या वडिलांचे मित्र डॉ. देशपांडेकाका. आता एका सेवाभावी संस्थेतर्फे कोकणात जाऊन तेथील गरीब लोकांना औषधोपचार करीत होते. तेच आपली समस्या समजावून घेऊ शकतील. लहानपणीही त्यांच्याकडे औषध घेण्यासाठी जायचं म्हटलं की निम्मा आजार बरा होत असे. ते केवळ शरीराचेच नव्हे, तर मनाचेही डॉक्टर आहेत. आपल्या कुटुंबातील एक व्यक्ती असल्याप्रमाणे आहेत ते. आपले सर्व आयुष्य त्यांनी लोकांच्या सेवेसाठीच घालविले होते. स्वत:च्या ज्ञानाचा उपयोग त्यांनी जनसेवेसाठीच केला होता. आता कोकणातही खूप मोठे कार्य सुरू होते त्यांचे. तिथेच एक शाळाही सुरू केली होती.

●

दिवसामागून दिवस जात होते. नेहा नीलिमाशी कधी बरी वागत असे, तर कधी तुसडेपणाने. नीलिमाने स्वत:ला खूप सांभाळले होते. नेहाची चूक नाही, ती लहानच आहे, आपणच नीट वागायला हवे, असे नीलिमा स्वत:ला

बजावत असे. नेहाची वार्षिक परीक्षा संपली अन् एक दिवस नीलिमा नेहाला म्हणाली, "नेहा, आपण दोन दिवस सुट्टीत कोकणात जायचं का? तिथे डॉ. देशपांडेकाकांनी खूप मोठे काम केले आहे. दवाखाना आहे. शाळा आहे. आपण ते सर्व पाहून येऊ. कोकणातील निसर्गही पाहायला मिळेल तुला."

नीलिमाचे बोलणे संपायच्या आतच नेहा ओरडली, "आई, तेच डॉक्टरकाका ना तू नेहमी सांगतेस त्यांच्याबद्दल? जाऊ या आपण." नीलिमा व नेहाने प्रवासाची तयारी केली आणि दोघीही कोकणात जाण्यास निघाल्या. रत्नागिरीजवळील एका खेडेगावात डॉ. देशपांडेकाका राहत होते.

जसजसे कोकण सुरू झाले, तसतसा वातावरणात बदल घडू लागला. दोन्ही बाजूंनी असलेली नारळाची, फणसाची व आंब्याची झाडे... समुद्रावरून येणारा गार वारा! नेहाच्या वागण्यातही बदल घडू लागला. ती नीलिमाशी मोकळेपणाने बोलत होती, हसत होती. ते पाहून नीलिमाला आनंद झाला. नक्कीच आपण जो हेतू मनात ठेवून आलो, तो पुरा होणार याची नीलिमाला खात्री वाटू लागली. अखेर दोघीही गावात येऊन पोचल्या. डॉक्टरांचे घर सापडणे काही अवघड गेले नाही.

त्यांना असं अचानक आलेले पाहून डॉक्टरांना आश्चर्य वाटले. त्यांनी दोघींची विचारपूस केली. हातपाय धुऊन झाल्यावर डॉक्टरांनी स्वयंपाकघरातील रखमाबाईंना हाक मारली आणि चहा घेऊन येण्यास सांगितले. चहा घेऊन आलेल्या रखमाबाईंशी नीलिमाची ओळख करून देत डॉ. देशपांडे म्हणाले, "बरं का रखमाबाई, ही नीलिमा- माझ्या मित्राची मुलगी, म्हणजे मलाही मुलीसारखीच. मोठी चित्रकार आहे, बरं का ती. अन् ही गोड मुलगी माझी नात, बरं का. या दोघींची राहण्याची व्यवस्था करा." नीलिमाकडे वळून पाहत डॉ. देशपांडे म्हणाले, "नीलिमा, या रखमाबाई आणि त्यांचा नवरा दोघेही इथे राहतात. इथली देखभाल करतात. स्वयंपाकाची सर्व जबाबदारी रखमाबाईंनी उचलली आहे. त्यांच्यामुळेच मी इथे निश्चितपणे काम करू शकतो. तुम्ही दोघी इथे निवांत राहा. माझं दवाखान्यातील काम आटोपले की, मग आपण बोलू."

डॉक्टरांच्या नुसत्या दर्शनानेच नीलिमाच्या मनावरचे ओझे हलके झाले होते. वडिलांप्रमाणेच असलेले डॉक्टरकाका किती आपुलकीने वागातात, बोलतात! नीलिमाने ठरविले की, आपण सर्व अडचणी त्यांच्याजवळ सांगू शकतो... पण कदाचित काही न सांगताही ते सारं काही ओळखतील. एखाद्या व्यक्तीच्या मनात काय चालले आहे, ते डॉक्टरकाकांच्या लगेच लक्षात येते. डॉक्टरांचे ते कौलारू

घर, आजूबाजूची झाडी नेहाला फार आवडली. दिवसभर ती त्या झाडीमधून हिंडत होती.

रात्री जेवताना डॉक्टरांनी नीलिमाच्या नोकरीची, नेहाच्या शाळेची चौकशी केली. बोलता बोलता नीलिमाच्या डोळ्यांत पाणी आले तसे तिच्या खांद्यावर थोपटत डॉक्टर म्हणाले, "हे बघ, जेवताना डोळ्यांत पाणी आणू नकोस. आता निवांत जेव. रात्री छान झोप. पहाटे आपण फिरायला जाऊ." नीलिमाच्या मनावर कसले तरी ओझे आहे, हे डॉक्टरांच्या लक्षात आले होते. नीलिमाला रात्री खरोखरच शांत झोप लागली.

पहाटे उठून ती फिरायला बाहेर पडली, तेव्हा नेहा अगदी गाढ झोपली होती. डॉक्टरांबरोबर नीलिमा फिरण्यासाठी निघाली. बोलता बोलता कितीतरी विषयांवर डॉक्टरकाका बोलत होते. कोकणातली गरिबी, इथे असलेली डॉक्टरांची आवश्यकता, इथले काम, त्यासाठी होणारे परिश्रम. त्यांच्याशी बोलता-बोलता विषय नीलिमावर केव्हा आला व आपण आपले मन मोकळे कधी केले, हे नीलिमाला कळलेच नाही. व्यक्तीच्या अंतरंगात शिरण्याची डॉक्टरांची ही कला नीलिमाला माहीत होती. दुसऱ्याच्या मनातले दु:ख ते अलगद बाहेर काढत असत अन् त्यावर मलमपट्टी करीत असत.

"डॉक्टरकाका, मला नेहाची फार काळजी वाटते. कशी वाढवू मी तिला? तिला निरोगी वातावरणात वाढवायचे आहे मला. माझ्याबद्दल तिच्या मनात गैरसमज निर्माण झाला आहे, तो कसा दूर करू मी?" नीलिमा बोलता बोलता रडू लागली. "नेहा अजून लहान आहे. परिस्थितीची जाण नाही येणार इतक्यात तिला; अन् सर्व काही सांगणं इतकं सोपं आहे का?" नीलिमा पुढे म्हणाली, "एक आई म्हणून मी अगदी असहाय झाले आहे."

"खरं आहे तुझं." डॉक्टर म्हणाले, "प्रत्येक मुलगी ही पुढे होणारी आई असते अन् तिच्यावर तिच्या मुलांची तर जबाबदारी असतेच, पण घरातल्या साऱ्या कुटुंबाचीही तिला आई व्हावे लागते. मोठ्या मनाने सर्वांच्या चुका पदरात घेणारी ती माउली असते, हे शिकवणारी फक्त आपलीच संस्कृती आहे. त्यासाठीच मुलींवर लहानपणापासून संस्कार केले जातात. त्यांना एका विशिष्ट मर्यादेने वागण्याची सवय लावली जाते. एक चूक सर्व घरादाराला कशी उद्ध्वस्त करते, हे तू अनुभवले आहेस. पण घाबरू नकोस. माणूस आहोत आपण सारेजण. चुकत-माकतच मोठे होणार. अशी छोटीमोठी वादळं आपल्या आयुष्यात येतच राहतात. त्या वादळांतही खंबीरपणे उभे राहायला शिकायला हवं आपल्याला."

नीलिमा म्हणाली, ''तुमचं खरं आहे डॉक्टरकाका, पण हे वादळ माझ्या व नेहाच्या आयुष्याला उद्ध्वस्त करू पाहत आहे. माझ्या चुकीचा नेहाच्या आयुष्यावर परिणाम होऊ नये, असे वाटते मला. माझे पाय आता डगमगू लागले आहेत.''

तिला शांत करीत डॉक्टर म्हणाले, ''घाबरू नकोस, सारं काही ठीक होईल. आजपर्यंत धीराने वागलीस, तशीच पुढेही वाग. काही गोष्टींवर काळ हेच औषध असते. अशा नाजूक गोष्टींची उकल जर घाईगडबडीने केली, तर गुंता अधिक वाढेल. नेहा जाणती झाली की, तीही एक दिवस आईच्या भूमिकेतून तुझ्याकडे पाहू शकेल अन् तुला जाणून घेऊ शकेल. तोपर्यंत समजुतीने वाग.''

डॉक्टरकाकांच्या बोलण्याने नीलिमाला केवढा तरी धीर आला! हे वादळ आपल्या व नेहाच्या आयुष्यावर काय परिणाम करील, याची भीती तिच्या मनाला ग्रासून राहिली होती; पण आता ती पुष्कळच कमी झाली. काही माणसं मात्र स्वत:च वादळासारखी सामर्थ्यशाली असतात. समुद्रालाही कवेत घेण्याचे सामर्थ्य त्यांच्यात असते. डॉक्टरकाकांमध्येही असेच सामर्थ्य आहे. त्यांच्या सामर्थ्यातील एक अंश जरी आपल्याला मिळाला तरी संकटांना आपण खंबीरपणे तोंड देऊ शकू, असे नीलिमाला वाटू लागले.

डॉक्टरकाकांना आता दवाखान्यात जाण्याची घाई होती. त्यांच्या घाईने चालणाऱ्या पाठमोऱ्या आकृतीकडे नीलिमा आदराने पाहू लागली.

❑❑

समोरच मांडलेल्या कागदावरच्या घराच्या प्लॅनवर रसिकाचे डोळे अगदी खिळून राहिले होते. अगदी तिच्या स्वप्नातलं घरच कागदावर हुबेहूब उतरलं होतं. ''ही वरच्या मजल्यावरची कोपऱ्यातली रूम आपली, बरं का?'' संजीवने– तिच्या नवऱ्याने– म्हटलं तसा रसिकाच्या चेहऱ्यावर आनंद पसरला. ''पश्चिमेच्या बाजूला गॅलरी आहे. तुला उकडतं ना सारखं? आता गॅलरीत बसून मस्तपैकी वारा खा.'' संजीवने पुढे म्हटलं.

''ए, आपण गॅलरीत झोका बांधायचा, बरं का! मला खूप आवडतो.''

''होय बाईसाहेब. अगदी सगळं तुमच्या मनासारखं करून घ्या. मी फक्त पैसे देणार.'' संजीवने नाटकीपणाने म्हटलं.

''आणि मुलांची बेडरूम? ती आपल्या खोलीशेजारीच हवी हं. मुलं अजून लहान आहेत आपली.'' रसिकाने संजीवला सांगितलं.

''हो, तू सांगितलेलं लक्षात आहे माझ्या. हे बघ, ही राधिकाची व साहिलची बेडरूम. आपण दोघांच्या रूममधलं दार उघडंच ठेवू, म्हणजे मुलांना रात्री एकटं वाटणार नाही. आणि हो, खाली स्वयंपाकघराजवळची बेडरूम आईबाबांची. त्यांना रात्रीअपरात्री गुडघे शेकायला पाणी गरम करायला लागतं. त्यासाठी स्वयंपाकघराच्या जवळचीच बेडरूम त्यांच्यासाठी ठेवलीय.'' संजीव सांगत होता, पण रसिकाचं लक्ष प्लॅनवरून उडालं होतं. तिच्या डोळ्यांसमोर नवीन घर दिमाखात उभं होतं.

●

खरंतर रसिका लग्न होऊन आली, तेव्हा आपल्या सासरच्या घरावर खूशच होती. पुण्यासारख्या ठिकाणी भर वस्तीत बंगला म्हणजे, विशेषच गोष्ट म्हणायची. पण या बंगल्यालाही आता तीस वर्षं होऊन गेली होती. तिच्या सासऱ्यांनी जेव्हा हा प्लॉट विकत घेतला, तेव्हा तो अगदी स्वस्त दरात मिळाला होता. रसिकाचं लग्न होण्यापूर्वी जवळजवळ पंधरा वर्षं आधी तो बंगला बांधलेला होता. आधी दोन खोल्याच बांधल्या होत्या त्यांनी. मग जमेल तशी एकेक

खोली वाढवली गेली व घराचं बंगल्यात रूपांतर झालं होतं. तीस वर्षांपूर्वी जो प्लॉट गावाबाहेर वाटत होता, तोच नंतर मध्यवस्तीत वाटू लागला होता. रसिकाचं लग्न झालं तेव्हा घरात सासू-सासरे, नणंद, दीर सारेजण होते; पण रसिकाला त्याचं काही वाटलं नव्हतं. घर अगदी माणसांनी गजबजलेलं आहे, बरंच झालं; करमायचा प्रश्न नाही– तिच्या मनात आलं होतं. घरातली मोठी सून म्हणून घराची पडलेली जबाबदारीही तिने आनंदाने स्वीकारली होती. बघताबघता लग्न होऊन पंधरा वर्षं उलटली होती. नणंदेचं लग्न होऊन ती सासरी गेली. धाकटा दीर– सुरेश– तोही नोकरीला लागला. त्याचंही लग्न झालं. नवीन आलेल्या सुनेनं– सुरेशच्या बायकोने– म्हणजेच सीमाने आणि रसिकाने एकमेकींशी जुळवून घेतलं होतं. एकत्र राहताना कराव्या लागणाऱ्या तडजोडी रसिकाने नेहमीच हसतमुखाने स्वीकारल्या होत्या.

हळूहळू दिवस उलटत होते. संजीवने आपल्या व्यवसायात जम बसवला होता. सुरेशही आपल्या नोकरीमध्ये उच्चपदावर गेला होता. एक दिवस रात्री सर्वांची जेवणं झाल्यावर सुरेश म्हणाला होता, ‘‘बाबा, आमच्या कंपनीतून आम्हाला घरासाठी कमी व्याजावर कर्ज मिळतं. सध्या जागा घेणं म्हणजे सोनं घेण्यासारखंच आहे. मला वाटतं, या संधीचा फायदा घ्यावा. आता तीन कुटुंबांना आपलं घरही लहान पडतं. आणखी एखाद्या घराची आवश्यकता आहेच. आपल्याच घरावर वरचा मजला चढवता आला असता, पण आमच्या स्कीमद्वारे तसं कर्ज मिळणार नाही. मी नवीन फ्लॅटच बुक करावा म्हणतोय.’’ सुरेशच्या बोलण्यावर विचार करून संजीवने व बाबांनी शांतपणे त्याला नवीन फ्लॅट घेण्यास परवानगी दिली होती. सुरेशने मग चार मोठ्या खोल्यांचा एक झक्कपैकी फ्लॅट घेतला होता. सुरेश व सीमा नवीन फ्लॅटवर राहायला गेले. त्यांना समीरा नावाचं एक सुंदर कन्यारत्नही झालं. पण सुरेशचे आईबाबा म्हणजे अर्थातच रसिकाचे सासू-सासरे फारच क्वचित सुरेशच्या फ्लॅटवर राहायला जात. ते म्हणत, ‘‘आम्हाला तिकडे करमत नाही. आमचं कल्पतरू सोसायटीतलं घर हेच आमचं खरं घर. आम्हाला इथेच करमतं. आमच्या बरोबरची समवयस्क मंडळीही इथे आहेत.’’ रसिकाने यावर कधीच नापसंती दर्शवली नव्हती. तिला वाटे, ‘बरोबरच आहे त्यांचं. इथे पहिल्यापासून राहतात, त्यामुळे त्यांना तिकडे करमत नाही.’

रसिकालाही दोन मुलं झाली. राधिका मोठी व साहिल धाकटा. मुलं हळूहळू मोठी झाली. सोसायटीच्या जवळच असलेल्या, पण नावाजलेल्या इंग्लिश मीडियमच्या शाळेत रसिकाने त्यांची नावं घातली. शाळा जवळ होती.

जाण्यायेण्याचा त्रास नव्हता. शहरात रहदारीतून, रिक्षातून दाटीवाटीने जाणारी मुलं पाहिली की, रसिकाला त्यांची अगदी दया येई. कशी एवढ्या गर्दीत एकमेकांच्या मांडीवर बसून मुलं शाळेत जात असतील? तसं नको व्हायला म्हणून तर जवळची शाळा पाहिली. रसिका त्यांना शाळेत सोडू-आणू शकत होती. संसार कसा अगदी सुरळीत चालला होता. पण घर हळूहळू जुनं होऊ लागलं होतं. सुरेशने फ्लॅट घेतला; शिवाय दूरवर एक प्लॉटही खरेदी केला, हे पाहून रसिकालाही वाटू लागलं होतं की, आपणही एखादा फ्लॅट घेऊन ठेवावा. हल्लीच्या काळात असं एखादं घर असणं उपयोगी असतं. कुणालाही उपयोग होईल त्याचा; नाहीतर भाड्याने देता येईल. दर महिन्याला ठराविक रक्कमतरी घरी येईल. नाहीतरी संजीवचा व्यवसाय असल्यामुळे एकहाती ठराविक पैसा घरात येत नाही. त्यामुळे खर्च करताना जरा पंचाईतच होते. रसिका खूप मागे लागल्यानंतर संजीवने एक तीन रूमचा छोटा फ्लॅट– जो अगदी स्वस्त दरात मिळाला होता, तो– खरेदी केला. पण तो आताच्या घरापासून फारच दूर होता. रसिकाने कुरकुरत विचारलं की, काय हे? एवढ्या दूरच्या फ्लॅटचा आपल्याला काय उपयोग? पण संजीवने तिच्या कुरकुरीकडे लक्ष दिलं नव्हतं. त्याचं म्हणणं, यापेक्षा जास्त पैसा मी गुंतवू शकत नाही.

हळूहळू बंगल्यासभोवतालची घातलेली फरशी खचू लागली होती. दर वर्षी तिच्यात भर घालून पुन्हा फरशी बसवण्यासाठी बराच खर्च होई. पुन्हा फरशी साधारण तशीच होती. स्वयंपाकघरात जमिनीखालून मुंगळे यायला सुरुवात झाली होती. घराला ओल यायला लागली होती. कीटकनाशकांचे फवारे मारून-मारून रसिका अगदी वैतागून गेली होती. तिला त्या तसल्या औषधांचा वासही सहन होत नसे. तिने संजीवला व सासऱ्यांना वारंवार सांगितलं होतं की, घरासाठी आता काहीतरी करायला हवं. पूर्वी ज्या जागेवर घर बांधलं, ती शेतजमीन आहे. त्यामुळे घराची जमीन खचते आहे.

रसिकाचे सासरे एक दिवस संजीवला म्हणाले, ‘‘अरे, आता दर वर्षी घरासाठी नवीन खर्च करावा लागतो आहे. पूर्वीपेक्षा आता घर बांधताना पाया जास्त खोल व भक्कम घेतला जातो. बांधकामाची पद्धतही आता बदलू लागली आहे. मलाही वाटतंय, आपण पुन्हा नवीन घर बांधावं. पण ही जागा माझी आहे, त्यामुळे तुम्हा दोघा मुलांचा त्यावर हक्क आहे. आपण सुरेशशीही बोलू व मग ठरवू.’’

रसिकाने हे ऐकलं आणि तिला धक्काच बसला. सुरेशच्या स्वत:च्या दोन

जागा होत्या; पुन्हा हे घर बांधतानाही त्याचा वाटा आहेच. आजवर आपण न भांडता या घरात राहिलो. सासूसासऱ्यांना मान दिला. त्यांचे हट्ट, आग्रह सारे पुरवले. आता घरासाठी भांडणं बरोबर नाही; पण तरीही रसिकाला मनातून थोडीशी ही गोष्ट खटकलीच. संजीवशी बोलताना सासऱ्यांनी आपल्यालाही विचारायला हवं होतं. घरच्या महत्त्वाच्या गोष्टी ठरवताना घरातल्या स्त्रीचा नको का विचार घ्यायला? आजवर या घरासाठी किती खस्ता खाल्ल्या, किती सोसलं! स्वत:लाही काही आवडीनिवडी आहेत, हेही आपण विसरून गेलो. सासूबाईंचं आजारपण सांभाळलं. त्यांचे गुडघे दुखतात म्हणून त्या हल्ली काही कामही करत नाहीत. त्यामुळे घरची सारी जबाबदारी आपणच न कुरकुरता सांभाळतो. एवढं सारं असूनही घर बांधताना मात्र हे बापलेक ठरवणार. आपला विचारही नाही! आणि हा संजीव– हा असा मुखदुर्बळ कसा? या घरावर दोघांचाही हक्क आहे का? घर बांधताना सुरेशला विचारायला हवं, असं का? त्याची स्वत:ची दोन घरं आहेत ना? संजीवचं व त्याच्या बाबांचं बोलणं ऐकल्यापासून रसिका सारा दिवस घुश्श्यातच होती. अखेर रात्री न राहवून तिने संजीवपाशी हा विषय काढलाच.

"मी म्हणते, सुरेशभाऊजींशी कशाला बोलायचंय? त्यांना त्यांची घरं आहेतच. या प्लॉटवर त्यांचा हक्क आहे का? तुम्ही एकदा स्पष्टपणे बाबांशी बोला नं!"

संजीव मुळातच गरीब स्वभावाचा होता. त्याने विषय झटकून टाकत म्हटलं, "हे बघ, मी काही बाबांशी असलं बोलणार नाही. हा प्लॉट त्यांनी घेतला आहे, घर त्यांनी बांधलं आहे. या घराचं काय करायचं, हे ठरवण्याचा त्यांना अधिकार आहे. त्यांनी आपला अधिकार नाकारलेला नाही. या घरात आपणही राहणारच आहोत. मग कोणत्या गोष्टींवरून त्यांच्याशी भांडायचं? मला काही भांडणं-बिंडणं जमणार नाही."

"पण संजीव, हे बरोबर नाही. हा अन्याय आहे, असं नाही का तुला वाटत?"

"कसला न्याय-अन्याय? आपलाही एक फ्लॅट आहेच की!"–संजीव.

"अरे, पण सासूसासरे, तुझे आईबाबा कायम आपल्यापाशीच राहतात. तुझी बहीण सुनंदा माहेरपणासाठी इथेच येते. मीच करते ना साऱ्यांचं? मग करताना मात्र आपण आणि फायदा घ्यायचा सुरेशने, हे कसं?" रसिकाने चिडून विचारलं.

संजीवने रसिकाशी फारसा वाद न घालता डोक्यावर पांघरूण घेतलं व

झोपून गेला. रसिका सारी रात्र तळमळत होती. आज प्रथमच तिच्या लक्षात येत होतं की आपण आपली सारी कर्तव्यं पार पाडली, पण आपल्या हक्कांबाबत मात्र आपण जागरूक राहिलो नाही.

अखेर संजीव व बाबांचं सुरेशशी बोलणं झालं. सुरेशने जुनं घर पाडून पुन्हा नवीन बांधण्यास मान्यता दिली व घराचा प्लॅन आखणं, बिल्डरशी बोलणं या गोष्टी पार पडल्या. रसिकाला हे सारं घडताना गप्प बसावंच लागलं होतं. सुरेशला आताच इथे घर बांधायची जरुरी नव्हती; त्यामुळे त्याने सांगितलं की, आता माझ्यासाठी काही वरचा मजला बांधायची गरज नाही. तुम्ही फक्त दोन मजलेच बांधा आणि मग घराविषयी चर्चा सुरू झाली. रसिकाने व संजीवने आपल्या घेऊन ठेवलेल्या फ्लॅटवर राहायला जायचं व आईबाबांनी घर पूर्ण होईपर्यंत सुरेशकडे राहायचं, असं ठरलं. त्यानुसार रसिकाची आवराआवर सुरू झाली.

एकेक करून वस्तूंची बांधाबांध करणं व त्या फ्लॅटवर नेऊन ठेवणं, अशी गडबड सुरू झाली. नवीन घर बांधायचं, यामुळे एक नवीनच ऊर्मी तिला आली होती. आपल्यावर झालेला अन्याय न बोलता तिने मनात दडपून टाकला व उत्साहाने ती कामाला लागली होती. तरीही अधूनमधून तिच्या मनात ही शंका डोकावतच असे की जर सुरेशभाऊजींचा प्लॉट घेताना सासऱ्यांनी मदत केली आहे तर त्या प्लॉटवर आपलाही अधिकार आहे का? पण ही शंका तिला कुणालाही विचारता येत नव्हती. या नवीन घरावर तरी आपला अधिकार राहणार आहे का? सासऱ्यांनी तसं आपल्या 'विल'मध्ये लिहून ठेवलं आहे का? हे सारे प्रश्न अनुत्तरितच होते. तरीही सारं काही चांगलंच घडेल, ही सदिच्छा ठेवून रसिका कामाला लागली आणि आता नवीन घराचा प्लॅन संजीवने तिच्या पुढ्यात ठेवला होता. नवीन घराच्या कल्पनेने रसिकाला खूप आनंद झाला होता. आजवर जुन्या घरात राहिलो. कितीही आवराआवर केली तरी घर स्वच्छ दिसायचंच नाही. हल्ली किती चकचकीत, सुंदर घरं असतात. आपलंही घर तसंच असेल, या कल्पनेने रसिका नुसती हरखून गेली होती.

एक दिवस सुरेशकडून निरोप आला की, सीमाला बरं नाही. समीराचे व त्याचे त्यामुळे हाल होतात. दोघंजण बाहेर गेल्यावर घरी सीमा एकटीच असते. तरी चार दिवस आईबाबांनी इकडे राहायला यावं. त्यानुसार ते दोघंही जण सुरेशकडे गेले होते. रसिकाला सासूसासरे घरात नसल्यामुळे जरा मोकळेपणा मिळाला होता. असा मोकळेपणा तिला क्वचितच मिळत असे. त्यामुळे रसिका

व संजीव मोकळेपणाने घरावर चर्चा करू शकत होते. रसिकाने सांगितलं की, आतातरी घर बांधताना माझ्या अडचणी लक्षात घेऊन घर बांधा. बिल्डरशी बोलताना जरा माझ्याशीही बोला. अन् एका सुंदर घराचा प्लॅन रसिकासमोर मांडला गेला होता.

आता रसिकाच्या डोक्यात दिवसरात्र घराचेच विचार घोळत होते. नवीन घरासाठी काय काय वस्तू नवीन आणायच्या, हेही तिने ठरवून टाकलं होतं. आता काही दिवस फ्लॅटवर राहायला जायचं म्हणजेच खरंतर सारं अडचणीचं होतं. मुलांनाही शाळा लांब पडणार होती, पण त्याला नाइलाज होता. तसंच छोट्याशा फ्लॅटवर राहण्याचीही सवय नव्हती. बंगला व आजूबाजूला मोकळी जागा असल्याने मोकळेपणाने वावरायची सवय होती. असं खोल्यांतल्या खोल्यांत वावरणं जरा जडच जाणार होतं. पण रसिकाने सर्वांची मानसिक तयारी केली होती. सोसायटीत आजूबाजूच्या लोकांना, मैत्रिणींना, शाळेत सर्वांना सांगून टाकलं होतं की आम्ही आता काही दिवस फ्लॅटवर राहायला जात आहोत. नवीन घर पूर्ण झालं की पुन्हा इथे येऊ. घरातल्या धुणंभांडी करणाऱ्या कामवाल्या बाईंनाही सांगितलं की "सोनाबाई, या एक तारखेपासून काम नाही, बरं का? पुन्हा नवीन घर बांधलं की यायचं कामाला."

सोनाबाईंनी गालावर हात ठेवत म्हटलं होतं, "हे इय़ॅक झालं बाई. नाहीतर तुम्हाला सारखं साफसफाईचं काम पडत होतं."

"हो गं बाई, पण आपल्या अडचणी घरात कुणाच्या लक्षात येत नाहीत ना!" रसिकाने म्हटलं.

"ते का बाई? आता बांधताय न्हवं नवं घर?" सोनाबाई म्हणाली. रसिका त्यावर गप्प बसली. आपली अडचण व व्यथा ती कोणत्या शब्दांत सोनाबाईला सांगणार होती? मध्यमवर्गीय स्त्रीची व्यथा ही मुक्या माराप्रमाणे असते; ती दाखवता येत नाही, पण त्याचा ठणका मात्र असतो.

घरातल्या वस्तूंची बांधाबांध हळूहळू पूर्ण होत होती. रसिकाचे सासूसासरे सुरेशकडून पुन्हा घरी आले अन् त्यांनी अचानक चालू कामाला खीळ घातली.

"संजीव, सुरेश म्हणतो, एवढ्यात घर बांधायला नको. तसं काही अगदी न राहण्याइतकं घर वाईट झालेलं नाही, की भिंती पडायला आलेल्या नाहीत. तो म्हणतो, अजून एखादं वर्ष थांबू. मग दोघं– म्हणजे तू आणि सुरेश– मिळून घर बांधू शकता. तोपर्यंत त्याच्याकडे पैसे जमा होतील घरासाठी खर्च करायला."

कधी नव्हे ते संजीव बोलला, "बाबा, सारी तयारी झाली आहे. घरातल्या

वस्तूंची बांधाबांध झाली आहे. बिल्डरशी बोलणं झालं आहे. कॉर्पोरेशनची सर्व कामं झाली आहेत. आता कसं काय तुम्ही घर बांधायला नाही म्हणता? सुरेशने तरी आधी नको होता का विचार करायला?''

"तुम्ही दोघं व मुलं जा फ्लॅटवर राहायला; आम्ही दोघं राहू इथेच. तुझं ऑफिस घराजवळ आहे, त्यामुळे आम्हाला काळजी नाही.'' बाबांनी शेवटचा निर्णय दिला आणि त्यावर संजीवला गप्प बसावं लागलं.

हा सारा संवाद रसिका ऐकत होती. सुरेशभाऊजींकडे गेल्यावर त्यांचं व आईवडिलांचं असं काय बोलणं झालं की सारा निर्णय फिरवला त्यांनी? पुन्हा एकदा निर्णय घेताना तिला वगळलं गेलं होतं. आता इतकी वर्षं सासूसासऱ्यांची सेवा केली. पाहुणेरावळे सारं बघितलं. घर म्हणजे एक गोष्ट आहे का? आता हे म्हाताराम्हातारी दोघंच कसे राहणार बंगल्यावर? इतकी वर्षं आपण मायेने सारं केलं त्यांचं, पण हे एकतर्फीच होतं का? त्यांचा जीव कणभरसुद्धा गुंतला नाही. दोघांनाच असं बंगल्यावर ठेवून आपण राहायला गेलो, तर लोक आपल्यालाच नावं ठेवणार ना?

रसिकाचं डोकं विचार करून भणभणायला लागलं. समोर बांधून ठेवलेल्या वस्तूंकडे ती भकास नजरेने बघत होती. निर्णय घेतला आहे सासूसासऱ्यांनी व सुरेशभाऊजींनी; ती अन् संजीव इतकी वर्षं इथे एकत्र राहूनही परकेच होते तर! ही वास्तू, जी आपण आपली मानत होतो, ती आपली नव्हतीच एकूण! आजवर जगलेली इथली पंधरा वर्षं खोटीच होती तर! एका भ्रामक जगात आपण जगत होतो. एका वर्षाने घर बांधू या म्हणे! एवढा मोठा निर्णय ठरवताना आपल्या मोठ्या मुलाशी बोलायला हवं, एवढं साधं सुचलं नाही आपल्या सासऱ्यांना? वय वाढेल तसं शहाणपण येतं, हे एकूण खरं नव्हेच. माणूस अगदी शेवटपर्यंत कधी कसा वागेल, हे ब्रह्मदेवालाही सांगता यायचं नाही.

सकाळ झाली. सामान नेण्यासाठी ट्रक दारात उभा होता. संजीव ट्रक ड्रायव्हरशी बोलत होता. बहुधा त्याने सामान न्यायचं नाही, हे सांगितलं असणार. ड्रायव्हरने ट्रक सुरू केला व तो निघून गेला. ट्रक सुरू करण्याच्या कर्कश आवाजाने रसिका भानावर आली. बांधलेलं सामान तिने सोडलं. आवश्यक ते गरजेपुरतं सामान फ्लॅटवर पाठवलं होतंच. आता या वास्तूत गुंतायचं कारण नव्हतं. हे घर तिचं नव्हतंच; ती इथे उपरी होती. एका रात्रीत केवढी उलथापालथ झाली होती! नात्यांचा उलटसुलट गुंता सोडवण्याची ताकद आता तिच्यात उरली नव्हती.

आपली बॅग भरून व मुलांना तयार करून तिने जाण्यापूर्वी सासूसासऱ्यांना निर्विकारपणे नमस्कार केला. हे घर नसेल तिचं, पण छोटंसं घर तिची वाट पाहत होतं. संजीवला तिचं मन कळत होतं, पण त्याचा नाइलाज होता. तो वडिलांनाही दुखवू शकत नव्हता. त्यांच्या मनाविरुद्ध घर पाडणं त्याला रुचत नव्हतं. आई-बाबांना सांगून व त्यांची सर्व व्यवस्था करून संजीव व रसिका आपल्या नवीन छोट्या फ्लॅटवर जाण्यास निघाले. घराचा उंबरठा ओलांडतानाच रसिकाने पुन्हा इथे परत न येण्याचा निश्चय केला. सासूसासऱ्यांच्या गरजेला आपण त्यांना आपल्या फ्लॅटवर घेऊन जाऊ; पण परत इथे यायचं नाही, हे निश्चित. डोळ्यांत जमा होणारे अश्रू ती निग्रहाने परतवत होती. तरीही त्यांतले दोन अश्रू तिच्या गालावर ओघळलेच. त्या अश्रूंत तिच्या मनाची व्यथा, दुःख व एकाकीपणा... सारं काही सामावलं होतं!

❏❏

सौ. संध्या शरद गुळवणी

नोकरी— मुधोजी कॉलेज, फलटण येथे एक वर्षे ऑनररी लेक्चरर म्हणून काम केले आहे. S.P. College पुणे येथे अल्प काळ लेक्चररशिप.

सध्या ज्ञानप्रबोधिनी, पुणे येथे स्त्री शक्ती प्रबोधनतर्फे चालणाऱ्या कार्यात सहभाग. समतोल मासिकात गेली दहा वर्षे लेखन.

ज्ञानप्रबोधनीतील ग्रामविकसनतर्फे चालविण्यात येणाऱ्या 'जागर' या भित्तीपत्रकात लेखन व संपादन

ज्ञानप्रबोधिनी व अन्य दहा संस्थांतर्फे २०१० ते २०११ या वर्षभरात होणाऱ्या भगिनी निवेदिता स्मृति शताब्दी संयोजन समितीत सहभाग.

साहित्यप्रेमी भगिनी मंडळ, पुणे, च्या कार्यकारिणीत समावेश

स्त्री, मानिनी, माहेर, समतोल, किर्लोस्कर, सुखी गृहिणी, साहित्यप्रेमी, गृहलक्ष्मी, गीतादर्शन, चिंतन आदेश, साहित्यसूची, श्री व सौ इ. मासिकांमधून व दिवाळी अंकातून कथा, कविता, लेख प्रसिद्ध झाले आहेत.

अनेक कथांना पुरस्कार प्राप्त झाले आहेत.

आनंद, छावा, रानवारा इ. मासिकातून बालवाङ्मय प्रसिद्ध झाले आहे.

दै. सकाळ, पुणे मध्ये अनेक लेख प्रसिद्ध.

दै. संचार, सोलापूर मध्ये वर्षभर ललित लेख/सदर लेखन प्रसिद्ध.

आकाशवाणी पुणे केंद्रावरून काव्यवाचन, कथावाचन, नाटिका, लघुभाषणे आणि गटचर्चा प्रसारित झाल्या आहेत.

१) 'चैत्रपालवी' काव्यसंग्रह प्रकाशित. काव्यसंग्रहास इतिहास संशोधन मंडळ संगमनेर तर्फे उल्लेखनीय साहित्य म्हणून प्रशस्तिपत्रक.

२) सौंदर्यपूर्ण निरोगी त्वचा-समस्या व उपाय या पुस्तकाचे शब्दांकन.

www.ingramcontent.com/pod-product-compliance
Lightning Source LLC
Chambersburg PA
CBHW030526260626
47157CB00005B/1899
9788172949020